THÍCH THÁI HÒA

ỨNG DỤNG
TỨ TẤT ĐÀN
VÀO
ĐỜI SỐNG
XÃ HỘI

(TÀI LIỆU GIẢNG DẠY CHO GĐPT)

TỦ SÁCH PHỔ HÒA
Ấn bản 20 | 2024

ỨNG DỤNG TỨ TẤT ĐÀN
VÀO ĐỜI SỐNG XÃ HỘI
Tài liệu giảng dạy cho Gia Đình Phật Tử

**ỨNG DỤNG TỨ TẤT ĐÀN
VÀO ĐỜI SỐNG XÃ HỘI**
Tài liệu giảng dạy cho Gia Đình Phật Tử

*(Pháp Thoại TT Thích Thái Hòa giảng
cho trại sinh Vạn Hạnh I, Hoa kỳ vào 26/4/2010 và ngày 03/5/2010,
từ Tàng Kinh Các chùa Phước Duyên qua mạng Internet).*

Tác giả:
Hòa Thượng Thích Thái Hòa,
Thành viên Hội Đồng Giáo Phẩm Trung Ương
Viện Tăng Thống, GHPGVNTN.

Phụ trách xuất bản:
Nguyên Túc, Tâm Thường Định
& Lotus Media xuất bản lần thứ nhất
trên hệ thống phát hành
Amazon toàn cầu, 2024

Kỹ thuật:
Nguyên Nhã & Nhuận Pháp

© *Lotus Media và tác giả giữ bản quyền.*

ISBN: 979-8-8689-0887-3

Tủ Sách Phổ Hòa chủ trương và thực hiện.
Ấn bản thứ 20

Mục Lục

- Lời Đầu 7
- Xuất xứ Tứ tất đàn 9
- Ý nghĩa của Tứ tất đàn 11
- Nội dung của Tứ tất đàn 13
- Tính chất tùy duyên và bất biến của Tứ tất đàn 33
- Cách nhìn xã hội qua Tứ tất đàn 35
- Phương pháp ứng dụng Tứ tất đàn vào đời sống xã hội... 43
- Tứ tất đàn liên hệ đến Tứ diệu đế 75
- Sự liên hệ giữa Tứ tất đàn với Tứ hoằng thệ nguyện 79
- Hỏi và trả lời 85
- Lời cuối 119

Lời Đầu

Nam mô Bổn Sư Thích Ca Mâu Ni Phật.

Cùng tất cả các anh/chị/em trại sinh Vạn Hạnh I Hoa Kỳ quý mến! Hôm nay là ngày 13 tháng 3 năm Canh Dần tức là 26/4/2010, 8 giờ 20 phút, tại Tàng Kinh Các chùa Phước Duyên, Thầy đáp ứng lời mời chia sẻ pháp thoại "Ứng dụng Tứ tất đàn vào đời sống xã hội" đến các anh/chị/em qua mạng Internet.

Vì quá xa xôi nên Thầy trò không thấy mặt nhau, nhưng chúng ta đã gặp nhau ở trong tâm hồn, chúng ta đã gặp nhau ở trong lý tưởng, chúng ta đã gặp nhau ở nơi sự hiểu biết và thương yêu, chúng ta đã gặp nhau ở nơi bi, trí và dũng. Do đó, dù không thấy mặt nhau, nhưng chúng ta vẫn thấy được tâm hồn của nhau, vẫn thấy được hướng đi của nhau, và nhất là thấy được bản nguyện của nhau đối với đạo pháp, đối với dân tộc và nhân loại.

Vì vậy, hôm nay, qua mạng Internet, trước hết, Thầy cầu nguyện Tam Bảo gia hộ cho tất cả các anh/chị/em trong Ban hướng dẫn gia đình Phật tử VN tại Hoa Kỳ cũng như tất cả các anh/chị/em trong Ban quản trại, trại Vạn Hạnh I, cũng như toàn thể trại sinh có nhiều an lạc, hạnh phúc và vững tiến trên con đường tu tập, phụng sự chánh pháp.

Xuất xứ Tứ tất đàn

Pháp Tứ tất đàn được đức Phật chứng ngộ và trình bày trong suốt cuộc đời hoằng pháp của Ngài. Chúng ta nghiên cứu các kinh điển thì bất cứ thời kinh điển nào trong nội dung Ngài thuyết giảng cũng bao gồm đầy đủ cả Tứ tất đàn. Tứ tất đàn là pháp đức Phật dùng để giáo hóa chúng sinh đúng lý, đúng cơ và đúng thời, để giúp chúng sinh chuyển hóa khổ đau, sống đời giải thoát; chuyển hóa mê lầm, sống đời giác ngộ đúng với nghĩa lý rốt ráo của Đệ nhất nghĩa tất đàn.

Pháp Tứ tất đàn được ghi lại ở trong các kinh điển như Kinh Hoa Nghiêm Khổng Mục, Kinh A Di Đà Thông Tán Sớ, Kinh Hoa Nghiêm Ngũ Thập Vấn Đáp, Kinh Duy Ma Cật Huyền Sớ I, Kinh Pháp Hoa Huyền Nghĩa, và được ghi lại trong các luận như Luận Đại Trí Độ, Luận Đại Thừa Nghĩa Chương, Luận Đại Thừa Pháp Uyển Nghĩa Lâm...

Như vậy, nếu muốn nghiên cứu Pháp Tứ tất đàn mà Đức Phật đã dùng để thuyết giảng và hoằng hóa chúng sinh, thì chúng ta để tâm nghiên cứu từng Pháp thoại mà Ngài đã giảng, chúng ta sẽ thấy rất rõ về Pháp Tứ tất đàn này.

Đó là Thầy giới thiệu về xuất xứ của Tứ tất đàn. Nếu các anh/chị/em có dịp nghiên cứu sâu hơn, rộng rãi hơn thì đây là các tư liệu mà các anh/chị/em nên hướng tới. Các anh/chị/em có thể vào trong các thư viện Phật học để tìm kiếm các tài liệu này. Bởi vì thời gian ngắn ngủi, Thầy chỉ có thể giới thiệu những điểm chủ yếu mà thôi, mong tất cả các anh/chị/em hoan hỷ.

Ý nghĩa của Tứ tất đàn

Tứ Tất Đàn, tiếng Phạn là catvari siddhanta; catvari có nghĩa là "tứ" và siddhanta phiên âm là "tất đàn", có khi còn được phiên âm là "Tất Đàm", và dịch là "Tác Thành Tựu", có nghĩa là làm cho công việc thuyết pháp của Đức Phật được thành tựu. Chữ siddhanta, Hán dịch là "thành tựu", nghĩa là nhờ dựa vào bốn phương pháp này, mà Đức Phật thuyết pháp và thành tựu được sự nghiệp hoằng hóa, giáo hóa chúng sinh, đưa chúng sinh từ mê lầm đến giác ngộ, từ sinh tử đến Niết Bàn, từ phàm lên Thánh, từ mê lầm đến sự hiểu biết cao thượng.

Nội dung của Tứ tất đàn

1. Thế giới tất đàn

Thế giới tất đàn có nghĩa là thành tựu đối với thế gian. Đức Phật có cái nhìn thành tựu về thế gian và cái nhìn chính xác về các pháp thế gian, nên Ngài có thể chuyển hóa, đưa các chúng sinh đang sống trong thế gian đi về với Phật đạo, đi về với sự giác ngộ.

Đức Phật ứng dụng Pháp này vào trong thế gian, tức là tùy thuận theo các pháp của thế gian để giảng dạy giáo pháp do tự thân Ngài chứng ngộ. Chẳng hạn, thế gian là vô thường thì Ngài nói là vô thường, và Ngài đã sử dụng những ngôn ngữ của thế gian để diễn tả những tính chất vô thường ấy của các pháp thuộc về thế gian như là năm uẩn, mười hai xứ, mười tám giới, như là khổ đế, tập đế v.v. Chính những pháp này gọi là pháp thế gian.

Đức Phật đã thành tựu khi diễn giảng giáo pháp này đến cho những người trong thế gian hiểu, để từ đó họ chuyển cái tâm mê lầm của họ thành tâm giác ngộ, tâm phàm phu thành tâm bậc Thánh, tâm chúng sinh thành ra tâm Phật. Chuyển hóa được như vậy là nhờ đức Phật đã sử dụng Thế giới tất đàn.

Và sau khi chuyển hóa như vậy, tùy thuận để thuyết pháp như vậy, Đức Phật đã đưa họ về với Đệ nhất nghĩa đế tức là chân lý rốt ráo.

Ở đây, Thầy nói rõ thêm rằng: "thế gian là vô thường", vậy thì cái gì trong thế gian là vô thường? Sắc uẩn thuộc về thế gian, nên Sắc uẩn là vô thường; Thọ uẩn thuộc về thế gian, nên Thọ uẩn là vô thường; Tưởng uẩn thuộc về thế gian, nên Tưởng uẩn là vô thường; Hành uẩn thuộc về thế gian, nên Hành uẩn là vô thường; Thức uẩn thuộc về thế gian, nên Thức uẩn là vô thường. Nói một cách khác, thân năm uẩn của mỗi chúng sinh đều là vô thường.

Vì vậy, pháp thuộc về thế gian dù là pháp hữu tình hay vô tình đều là vô thường. Và tại sao nó vô thường? Bởi vì nó duyên khởi, quan hệ hỗ tương với nhau. Do sự quan hệ hỗ tương duyên khởi, cho nên gọi là vô thường.

Như vậy, Đức Phật nói thế gian vô thường là Ngài thuận theo các chân lý thế gian mà nói. Và Ngài đã sử dụng ngôn ngữ của thế gian để nói, để trình bày pháp vô thường đó cho thế gian.

Đức Phật nói mười hai xứ hay mười tám giới là pháp thuộc về thế gian. Mười hai xứ là gì? Đó là sáu căn và sáu trần. Sáu căn gồm: mắt, tai, mũi, lưỡi, thân và ý. Các căn này không tự thân hiện hữu mà hiện hữu do quan hệ nhân duyên. Cái gì do quan hệ nhân duyên mà có, cái đó là vô thường.

Như vậy, Đức Phật đã dùng con mắt thế gian để nhìn thế gian và nói chuyện thế gian cho thế gian; Đức Phật đã sử dụng lỗ tai của thế gian để nghe và nói sự thật của thế gian cho thế gian; Đức Phật đã dùng lỗ mũi của thế gian để ngửi và nói lên sự thật cho thế gian; Đức Phật đã dùng ngôn ngữ, thiệt căn để tiếp xúc với thế gian và nói rõ sự thật của thế gian cho thế gian; Đức Phật đã dùng cái thân hình năm uẩn này để tiếp xúc với thế gian và nói rõ sự thật cho thế gian; Đức Phật đã dùng ý căn thuộc về thế gian để tiếp xúc các pháp của thế gian và nói rõ sự thật của thế gian cho thế gian. Vì vậy mà gọi là Thế gian tất đàn, tức là thành tựu về mặt thế gian.

Đức Phật đã nhìn sáu trần, tức là sắc, thanh, hương, vị, xúc và pháp, Ngài thấy từ bản chất cho đến hiện tượng của chúng một cách như thực và Ngài nói sự thực đó cho chúng sanh trong thế gian và chúng sanh trong thế gian lãnh hội được những gì do Ngài trình bày, nên gọi là Thế gian tất đàn.

Ở trong Pháp Tứ diệu đế, Đức Phật nói: đây là Khổ thánh đế; đây là Tập thánh đế. *Đây là Khổ thánh đế; đây là Tập thánh đế*, đó là pháp thế gian. Đức Phật nói "đây là Khổ thánh đế" mà thế gian nhận ra được; "đây là Tập thánh đế" mà thế gian nhận ra được và đoạn trừ được tập đế để xa lìa khổ đế. Với cách thuyết pháp như vậy, đức Phật đã thành tựu về Thế giới tất đàn.

Và chính nơi những pháp thế gian này, Đức Phật lại chỉ rõ nhân duyên sinh khởi và bản thể không sinh diệt của mỗi pháp, khiến cho những người trong thế gian khi nghe Phật pháp liền sanh được chánh kiến, liền sanh khởi được chánh trí và sinh ra hý lạc, sinh ra niềm vui lớn và khởi tâm tu tập, đoạn trừ các phiền não; sinh ra đời sống giải thoát ngay ở trong thế gian này, ngay trong thế giới này.

Như vậy, các anh/chị/em thấy rằng, bằng phương pháp Thế giới tất đàn, Đức Phật đã thuyết Pháp không phải chỉ đúng cơ, đúng thời mà còn đúng lý. Thuyết pháp đúng cơ mà không đúng thời, thuyết pháp như vậy là thất bại. Thuyết pháp đúng thời mà không đúng cơ, thuyết pháp như vậy cũng không thành tựu. Thuyết pháp đúng lý mà không đúng cơ, không đúng thời, thuyết pháp như vậy cũng không đạt được thành công trong sự nghiệp hoằng pháp. Vì vậy, thuyết pháp phải đúng cơ, đúng thời, đúng lý.

Đúng cơ, là đúng với căn cơ trình độ. Đúng thời là đúng thời điểm, đúng vào từng thời đại. Đúng lý là đúng với chân lý tất yếu.

Thuyết pháp vừa đúng cơ, đúng thời, đúng lý là sự thuyết pháp được thành tựu. Mà việc thuyết pháp này được thành tựu là nhờ sử dụng pháp Thế giới tất đàn.

Và do thuyết pháp bằng Thế giới tất đàn như vậy, do hoằng pháp bằng Thế giới tất đàn như vậy, nên đem lại niềm vui chính đáng và sự hướng thượng cho chúng sinh ở trong thế gian, hay nói cách khác là cho xã hội con người. Vì vậy, Thế giới tất đàn còn gọi là Lạc dục tất đàn. Thuyết pháp mà đem lại ưa muốn và niềm vui cao thượng cho thế gian, làm thay đổi những niềm vui thấp kém của thế gian thành niềm vui cao thượng, biến niềm vui tầm thường của thế gian thành niềm vui cao cả, niềm vui giải thoát, thuyết pháp như vậy gọi là thành tựu về mặt Thế giới tất đàn.

2. Vị nhân tất đàn

Vị nhân tất đàn nghĩa là sự thuyết pháp, hoằng pháp, làm việc đạo thành tựu đối với từng người, đối với từng đối tượng. Việc thuyết pháp đó là vì con người mà nói, vì con người mà diễn giảng chánh pháp, vì con người mà làm việc đạo.

Muốn vì con người mà làm việc đạo để giúp cho họ được thành công thì phải hiểu tâm lý của họ, phải hiểu rõ hoàn cảnh của họ, phải hiểu rõ nghiệp báo, nhân duyên, nhân quả của họ để chuyển vận bánh xe chánh pháp giúp họ, giúp họ tiến bộ, xả bỏ được khổ đau trong đời sống để đi tới với đời sống hạnh phúc; giúp họ giải thoát khỏi những trói buộc để đi đến với đời sống tự do đích thực; giúp họ thoát khỏi sự chậm tiến, đi tới với đời sống tiến bộ, văn minh.

Do đó, Vị nhân tất đàn nghĩa là khi mình thuyết pháp cho ai, thì phải hiểu được người đó, hiểu được tâm lý, trình độ của họ, phải hiểu được nhân duyên hoàn cảnh họ đang sống, thì mình mới giúp họ thoát khỏi được tình trạng của họ.

Các anh/chị/em hướng dẫn gia đình Phật tử, thì ngay tại đơn vị của mình, nếu mình muốn giúp một em đoàn sinh nào đó, thì mình phải hiểu tâm lý của em đó. Mà muốn hiểu được tâm lý của em, mình phải hiểu được nhân duyên của em, tại sao chiều nay em không đi sinh hoạt, vì lý do gì? Bản thân em đó nhác; hay em đó siêng năng, nhưng không khắc phục được hoàn cảnh của mình, hay vì cha mẹ em gây nhau khiến việc đi sinh hoạt của em bị trở ngại... Mình phải hiểu rõ điều đó thì mới có thể giúp được cho đoàn sinh của mình và đưa em đó trở lại sinh hoạt với gia đình. Còn nếu mình không hiểu được tâm lý, hoàn cảnh, những vướng mắc của đoàn sinh đó mà chỉ sử dụng kỷ luật, nội quy của gia đình một cách cứng nhắc, máy móc thì mình sẽ thất bại trên con đường chuyển hóa em đó.

Do đó, Vị nhân tất đàn rất quan trọng. Muốn thành tựu được Pháp này, chúng ta phải nghiên cứu, phải hiểu được tâm lý đối tượng, hoàn cảnh của đối tượng, nghiệp báo của đối tượng, nhân quả của đối tượng. Lúc đó, chúng ta mới có thể chuyển vận Pháp luân thành công, mới thành tựu được việc giáo hóa.

Vị nhân tất đàn còn được gọi là Các các vị nhân tất đàn. Ngày xưa, Đức Phật thuyết pháp, giáo hóa thành tựu là do Ngài trình bày Pháp một cách thực tiễn và phù hợp với từng căn cơ, hoàn cảnh của từng người. Đối với người có căn cơ thấp, Ngài dạy giáo lý vừa phải cho họ để họ có thể thực tập được giáo pháp của Ngài ngay trong điều kiện của mình. Đối với người có căn cơ cao thì Ngài cũng trình bày giáo lý theo căn cơ của họ và phù hợp với điều kiện thực tập của họ. Có những người căn cơ cao, nhưng điều kiện thực tập không có, hoàn cảnh không thuận lợi, Ngài cũng biết rõ để giúp, để chỉ cho họ cách hành trì Pháp hiệu quả. Như vậy gọi là Vị nhân tất đàn.

Ngày xưa, Đức Phật đã từng giáo hóa những nhà ngoại đạo, giúp họ trở về với Phật. Thậm chí, các giáo chủ tôn giáo khác cũng được Đức Phật giáo hóa, chẳng hạn như ba anh em ngài Ca Diếp, đều là giáo chủ của đạo thờ Thần Lửa, đều có đông đảo quần chúng. Khi đã giáo hóa được Ngài Đại Ca Diếp, nhưng còn hai người em của Ngài vẫn đang còn đi theo tà kiến, nên Đức Phật biết rất rõ những khó khăn mà Ngài Đại Ca Diếp sẽ gặp phải khi đi theo mình. Biết được như vậy, nên Đức Phật đã có cách hỗ trợ, giúp đỡ, giáo hóa thích hợp khiến cho Ngài Đại Ca Diếp quay về được với Phật Pháp mà không bị một trở ngại nào. Sự giáo hóa thành công của Đức Phật đối với ba anh em Đại Ca Diếp là do Đức Phật đã sử dụng pháp Vị nhân tất đàn.

Do đó ngày nay, các anh/chị/em học pháp Vị nhân tất đàn này cũng vậy. Khi muốn giáo hóa một người ngoại đạo, thì mình phải hiểu tôn giáo của người ta, chẳng hạn, mình phải biết chủ trương của tôn giáo đó đúng ngang đâu, sai ngang đâu; chỗ nào rốt ráo, chỗ nào chưa rốt ráo. Sau đó, mình phải tìm cách trình bày giáo lý của mình thật khéo léo, mình đừng tấn công họ, đừng đả kích họ mà chỉ đưa ra những ví dụ, những ẩn dụ, làm sao thông qua các ví dụ, ẩn dụ đó, chân nghĩa hiện ra, rồi người ta tự nhận thấy và chuyển hóa hoàn cảnh, tri thức và niềm tin của họ.

Như vậy, trong suốt cuộc đời hoằng pháp của Đức Phật, Ngài không xem bất cứ một đối tượng nào là đối lập hay đối kháng của Ngài cả. Do đó mà Ngài thành tựu được trên con đường hoằng pháp.

Trong kinh, Đức Phật đã nói: "Như Lai không tranh cãi với đời, chỉ có đời tranh cãi với Như Lai". Bởi vì đời còn hơn thua, thị phi, đúng sai. Còn Phật đã vượt hẳn ra khỏi tầm đúng sai nhị nguyên đối đãi của thế gian rồi. Cho nên, những cái đúng sai của thế gian không chao động tới được cái tâm của Ngài.

Và trong cuộc đời hoằng pháp của Đức Phật, đối với căn cơ của người nghe như thế nào, Ngài trình bày Pháp đúng như thế ấy, để cho người nghe có thể phát khởi niềm tin đối với chánh Pháp và thực hành theo Pháp mà khởi sanh được chánh kiến, chánh trí và dẫn sinh được niềm vui trong sự tu học.

Các anh/chị/em trại sinh Vạn Hạnh I, Hoa Kỳ sau khi học Tứ tất đàn này rồi cũng vậy, quý vị phải tùy theo hoàn cảnh, trình độ của từng đoàn sinh trong gia đình mình; tùy theo hoàn cảnh, trình độ của từng đơn vị, từng nền văn hóa, từng xã hội của mình mà ứng dụng. Mà muốn được như vậy, chúng ta phải thực tập Thế gian tất đàn, tức là đi đến đâu, chúng ta phải học hỏi văn hóa, phong tục, tập quán, tín ngưỡng ở nơi vùng đó.

Ngày trước, khi học tại Quảng Hương Già Lam- Sài Gòn, quý Ôn, quý Thầy dạy Thầy đi về miền Tây để tiếp xúc với Tăng Ni Phật tử ở đó. Khi đi nghiên cứu và tiếp xúc với Phật giáo vùng nầy, Thầy ứng dụng các Pháp tất đàn. Về đó, có những vấn đề Phật Pháp, họ nói không phù hợp với cái mình đã học, nhưng mình vẫn nghiên cứu những điều của họ trình bày, nhưng không chống đối họ, để mình có thể xâm nhập được vào trong họ và cuối cùng mình có thể trình bày giáo lý một cách khoa học hơn, có tính cách thực nghiệm hơn cho họ, và từ từ họ sẽ chấp nhận và đi theo mình. Còn nếu đi tới đâu, mình chỉ biết nói theo cái hiểu của mình, mà không biết nghe và hiểu theo cái hiểu của người ta, thì mình sẽ không giúp được họ mà trở thành đối lập với họ, như vậy là mình sẽ thất bại. Dù cho mình có tài giỏi đến mấy cũng sẽ thất bại. Đó là điều mà các anh/chị/em phải lưu ý để ứng dụng Tứ tất đàn vào việc hoằng pháp và trong sự nghiệp tu tập của mình.

Như vậy, hoằng pháp bằng phương pháp Vị nhân tất đàn, Đức Phật thuyết Pháp không chỉ đúng cơ, đúng thời mà còn phải đúng lý, có khả năng phát khởi thiện căn nơi người nghe và khiến cho người nghe có thể tu tập và tiến tới thành tựu được các pháp tối hậu. Vì vậy, Vị nhân tất đàn còn gọi là Thiện sanh tất đàn.

Khi thuyết pháp, mình phải làm thế nào để người nghe phát sinh được thiện tâm, phát khởi được niềm tin Phật Pháp Tăng, có được niềm tin nhân quả nghiệp báo, có được niềm tin yêu mến điều thiện. Khi một người đã có được sự yêu mến điều thiện rồi, thì từ từ mình sẽ dìu dắt họ đi từ một điều thiện chưa hoàn chỉnh tới một điều thiện hoàn chỉnh, xuất phát từ một điều thiện thấp dẫn sinh ra điều thiện cao. Đó là công việc mà các anh/chị/em sau khi học Vạn Hạnh I rồi, phải biết ứng dụng phương pháp Vị nhân tất đàn để có thể chuyển hóa xã hội, góp phần vào xây dựng xã hội theo tinh thần Phật giáo. Đối tượng cho các anh/chị/em hướng tới là đồng niên, thanh thiếu niên, như Nội quy, Quy chế Gia Đình Phật Tử đã quy định: "mục đích của Gia Đình Phật Tử là đào luyện thanh thiếu đồng niên trở thành Phật tử chân chính, góp phần xây dựng xã hội theo tinh thần Phật giáo". Vậy, mình đào tạo và huấn luyện thanh thiếu đồng niên bằng phương pháp nào? Bằng phương pháp của Tứ tất đàn này. Khi mình hướng dẫn bằng phương pháp Tứ tất đàn này, thì mình mới có thể thành tựu được các mục đích của mình.

3. Đối trị tất đàn

Đối trị có nghĩa là *trị liệu, chuyển hóa*. Đối trị tất đàn có nghĩa là chuyển hóa thành tựu hay đối trị thành tựu. Pháp Đức Phật dạy nhắm tới chuyển hóa những phiền não nơi tâm chúng sinh. Mọi phương pháp mà Đức Phật dạy, Ngài nói bằng cách này hay bằng cách khác, Ngài nói cao, nói thấp; Ngài nói rộng, nói hẹp; Ngài nói một cách tha thiết hay nói một cách khắc khổ hay nói một cách sâu sắc, tất cả là nhằm mục đích làm cho người nghe, nghe hiểu, thực hành được và chuyển hóa những phiền não ở nơi tâm họ.

Ví dụ, đối với những chúng sinh nặng về tham dục, thì Ngài nói về những nguy hiểm của các dục đem lại. Nhưng, muốn nói được sự nguy hiểm do các dục đem lại, thì trước hết, Đức Phật vẫn nói về vị ngọt hấp dẫn của thế gian. Nếu nói rằng "danh không có sự hấp dẫn", thế gian sẽ không tin. Cho nên, Đức Phật nói các danh tướng của thế gian vẫn có vị ngọt, vẫn có sự hấp dẫn của nó, nhưng người đời chỉ thấy được sự hấp dẫn, thấy được vị ngọt mà không thấy được nguy hiểm của nó. Do đó, đằng sau vị ngọt của các dục thế gian là cả một sự đắng cay, nguy hiểm. Cũng giống như con cá chỉ thấy được miếng mồi mà không thấy được lưỡi câu ở trong miếng mồi. Mình nói với cá rằng "cá ơi, đừng ăn miếng mồi mà mắc lưỡi câu" thì chắc chắn cá sẽ không nghe, vì nó chỉ thấy được miếng mồi là vị ngọt. Nhưng, người có trí sẽ thấy được đằng sau miếng mồi là lưỡi câu. Cũng vậy, các dục thế gian có sự hấp dẫn, có sự lôi kéo, có sự cuốn hút vì nó có vị ngọt. Nhưng thế gian không hiểu rõ, sau vị ngọt đó là lưỡi câu, là sự nguy hiểm, là hạnh phúc tan nát, nên Đức Phật nói các dục thế gian có vị ngọt, nhưng Ngài còn nói, sau vị ngọt đó là sự nguy hiểm. Nguy hiểm đó là gì? Đó là các dục thế gian đều dẫn tới sanh, già, bệnh, chết và bất như ý, cho nên các dục thế gian không bao giờ đáp ứng được nhu cầu của con người, tham dục của con người. Cho nên, Đức Phật nói tham dục là nguy hiểm, ly dục là để đối trị và chuyển hóa tính tham dục ở trong con người.

Chắc chắn, các anh/chị/em đã đọc kinh Thủ Lăng Nghiêm, đã biết câu chuyện giữa nàng Ma Đăng Già và Ngài A Nan. Nàng Ma Đăng Già rất mê ngài A Nan. Nàng mê cái gì? Không phải mê sự tu học, cái đức độ của ngài A Nan mà mê cái sắc của Ngài, vì ngài A Nan khi trẻ rất đẹp, xuất thân hoàng gia và lại rất thông minh. Vì vậy, suýt nữa ngài A Nan bị nạn, được Đức Phật cứu, đưa về. Nàng Ma Đăng Già đi theo, đến gặp Phật, đòi cho nàng được sống cùng ngài A Nan. Đức Phật cười, nói với Ma Đăng Già rằng "cũng được, nhưng trước tiên hãy nghe Như Lai hỏi đôi điều". Đức Phật hỏi Ma Đăng Già rằng "con yêu cái gì ở ngài A Nan?".

Ma Đăng Già trả lời "con yêu đôi mắt đẹp của Ngài". Đức Phật nói đôi mắt ngài A Nan đâu có đẹp, trong con mắt đẹp đó, cả ghèn trong, chứ có gì đẹp đâu!

Ma Đăng Già: "Con yêu lỗ tai của Ngài A Nan"- Phật nói "lỗ tai A Nan đầy cứt ráy, chứ có gì mà đẹp!"

Ma Đăng Già: "Con yêu cái miệng của Ngài A Nan"- Phật nói "miệng A Nan ngủ dậy mà không súc, không đánh răng thì hôi lắm, chứ có gì mà đẹp!". Ma Đăng Già: "Con yêu cái mũi của Ngài A Nan"- Phật nói "mũi đó cũng đầy chất dơ bẩn, chứ có gì mà đẹp!".

Ma Đăng Già: "Con yêu cả thân thế của Ngài A Nan"- Phật nói "thân thế A Nan nếu hai ngày mà không tắm thì chẳng có ai chịu nổi, chứ có gì mà đẹp, có gì đâu mà đáng yêu!".

Từ đó, Ma Đăng Già nhận ra được thân thế này không có gì gọi là trong sạch, không có gì đẹp đẽ như mình tưởng tượng, nên nàng nhàm chán tham dục, phát tâm xuất gia, được Đức Phật hướng dẫn, đã tu tập rất giỏi và thành công.

Như vậy, các anh/chị/em thấy rằng, Đối trị tất đàn là tùy theo căn cơ, tùy theo tham dục của từng người mà Đức Phật thuyết pháp để giáo hóa cho họ, chuyển hóa tâm thấp kém nơi họ. Người tham sắc, thì Ngài nói sự nguy hiểm của sắc dục. Người tham tài, thì Ngài nói về nguy hiểm của tài dục. Người tham danh, thì Ngài nói sự nguy hiểm của danh dục. Người tham ăn uống, thì Đức Phật nói về nguy hiểm và lợi ích do sự ăn uống đem lại. Có người ham ngủ, thì Đức Phật nói về nguy hiểm và lợi ích do ngủ đem lại. Tuy, đối trị như vậy, nhưng không dồn người khác vào chỗ bế tắc, mà đưa họ đến chỗ nhận ra được chân lý và cuối cùng, Ngài hướng dẫn cho họ thực tập theo pháp Trung đạo, tức là không thái quá, không bất cập, biết vừa phải. Sống cuộc đời biết vừa phải, sống trung đạo như vậy, thì xa lìa được hai cực đoan là ép xác khổ hạnh và buông lung trong các dục. Cho nên, Đối trị tất đàn không có nghĩa là dồn người khác vào chỗ bế tắc, mà chỉ rõ cái chân nghĩa cho họ, để họ thực tập và từ đó có sự an lạc, hạnh phúc.

Đối trị tất đàn là phương pháp trị liệu, là dược liệu trị bệnh chúng sinh. Do Pháp này mà thế gian nhìn Đức Phật như là một vị Y Vương, là vị vua trong ngành y học, biết tùy bệnh cho thuốc. Pháp của Phật trình bày giống như lương dược, là diệu dược mà tùy theo bệnh trạng, thực hành Pháp đó sẽ được chuyển hóa, đưa lại sự an lạc của thân và tâm.

Đối với những chúng sinh đầy sân hận, Đức Phật dạy cho họ pháp từ bi, thực hành tâm từ bi, thương người như thể thương thân. Mình thương người khác chính là mình đang thương thân thể mình. Mình thương cuộc đời cũng chính là đang thương mình. Mình giận người khác, là mình đang gây thiệt hại cho chính mình. Khi mình làm cho ai khổ đau, thì bản thân mình khổ đau trước người đó. Đọc trong các kinh, chúng ta sẽ thấy Đức Phật nói rất nhiều ví dụ về điểm này. Chẳng hạn, mình có tâm sân hận muốn hại người khác, thì trong kinh Tứ Thập Nhị chương, Đức Phật nói *"nghịch phong dương trần, trần bất chí bỉ, hoàn phấn kỷ thân. Ngưỡng diện thóa thiên, thóa bất chí thiên hoàn tùng kỷ đọa"*, nghĩa là người ác mà hại người lành, thì giống như người đi ngược gió dễ bụi, bụi không tới người kia mà lại vướng vào nơi mình. Kẻ ác mà hại người hiền thiện, người đạo đức, cũng như người giận trời, ngửa mặt nhổ nước miếng lên trời, nước miếng không thấu trời mà rơi lại nơi mặt mình. Do đó, người ác mà hại người lành; người kém đạo đức ganh tị với người đạo đức; người không có tài năng ganh tị với người có tài năng, thì chỉ gây thiệt hại cho chính mình mà thôi. Người nghe hiểu được như vậy, họ sẽ bỏ tâm ganh tị đi, bỏ tâm giận hờn đi, bỏ tâm trách móc vì ganh tị. Giận hờn, trách móc đều gây thiệt hại cho tâm mình, cho đời sống của mình nhiều hơn cho đối tượng mà mình ganh tị. Nhờ vậy, người đó thành tựu được tâm an lạc, tâm giải thoát, tâm cao quý. Đó gọi là pháp Đối trị tất đàn.

Đối với những người ngu si, vô trí, tà kiến, cho rằng thế giới này do thần linh tạo nên, do một thần minh tạo nên, do một thượng đế tạo nên, thì Đức Phật không bác bỏ trực tiếp cái đó, mà Ngài nói về giáo lý duyên khởi. Nghĩa là mọi sự hiện hữu giữa thế gian này, không có cái gì hiện hữu đơn thuần mà có thể tồn tại, mà mọi thứ chỉ có thể tồn tại trong quan hệ nhân duyên. Nếu mình quán chiếu nhân duyên này thật sâu sắc, thì niềm tin đối với một thượng đế, một thần linh, một nhất thần giáo sẽ tự động rơi rụng đi, chứ Ngài không hề tấn công bất cứ một thượng đế hay thần linh nào cả. Ngài chỉ bật ngọn đèn cho người khác thấy. Khi họ đã thấy, họ sẽ tự thay đổi tâm của chính họ, thay đổi cái nhìn của chính họ, thay đổi niềm tin của họ. Họ tự thay đổi và tự hoàn thiện niềm tin của họ, đó mới là điều quan trọng. Họ tự thay đổi, tự hoàn chỉnh nhận thức, hiểu biết của họ, đó mới là điều quan trọng. Khi một người nhận ra được và tự hoàn chỉnh niềm tin của mình, thì ngay nơi sự hoàn chỉnh đó, họ có hạnh phúc, an lạc. Khi một người có được ánh sáng soi rọi vào và tự hoàn chỉnh hiểu biết của mình, thì ngay nơi sự hoàn chỉnh đó, họ có an lạc hạnh phúc, có cơ sở vững chãi để tiến lên những mức độ cao hơn, hiểu biết cao hơn, đời sống cao hơn. Đó chính là tác dụng của Đối trị tất đàn.

Nói một cách khác, chúng sinh có bao nhiêu phiền não, thì Phật có bấy nhiêu pháp môn, bấy nhiêu phương tiện để chuyển hóa phiền não cho chúng sinh. Cho nên chúng sinh có vô lượng phiền não, thì Phật Pháp có vô biên pháp môn tu tập để chuyển hóa. Khi nhận ra được điều này rồi, thì người Phật tử chúng ta không còn tu tập một cách cực đoan và cục bộ, không còn bị mắc kẹt bởi trường phái này hay trường phái kia, mà thấy được rằng, trường phái nào cũng là những khía cạnh của Phật pháp. Chúng ta đến với đạo Phật, chứ chúng ta không đến với trường phái này hay trường phái nọ, với pháp môn này hay pháp môn kia. Nếu chúng ta đến với bất kỳ một trường phái nào, là chúng ta đánh mất đạo Phật toàn thể. Đến với đạo Phật mà bị kẹt vào một khía cạnh, một trường phái, một pháp môn, thì đó là một sự mất mát thiệt hại cho ta. Đặc biệt trong thời đại của chúng ta, các anh/chị/em phải lưu ý điểm này.

Đôi khi mình tu học Thiền tông, nên mình tấn công Tịnh độ; mình tu học Tịnh độ thì mình tấn công Thiền; mình tu học Mật tông thì lại tấn công Thiền, tấn công Tịnh độ; tu học theo Hiển giáo lại tấn công Mật giáo hay mình tu theo phương pháp theo dõi hơi thở, thì mình tấn công người niệm Phật. Như vậy rõ ràng là mình đã không hiểu về giáo pháp của Đức Phật, không hiểu về phương pháp Đối trị tất đàn.

Các anh/chị/em đã từng nghe câu chuyện người mù rờ voi. Có mấy người mù rờ voi, người rờ được cái đuôi thì họ nói con voi giống cái chổi; người rờ được cái chân thì nói con voi giống cái chày; người rờ được lỗ tai, thì nói con voi giống cái quạt. Người rờ cái đuôi và nói rằng, con voi giống cái chổi. Người ấy nói không sai, nhưng lại không phải đúng hoàn toàn. Người ấy chấp một bộ phận con voi thành toàn thể. Chỉ có người mắt sáng mới biết tất cả những gì người mù ấy nói không sai, nhưng cũng không đúng, vì người mù đã chấp một bộ phận của con voi là toàn thể con voi. Sai là sai ở chỗ đó. Mặc dù người mù có xúc chạm con voi, bằng chính bản thân họ, nhưng vì xúc chạm bằng đôi mắt mù lòa, nên vẫn không thấy được thực tại của voi là gì.

Phật tử chúng ta cũng vậy. Nếu chúng ta tu học mà không có tuệ giác, chúng ta kẹt vào từng pháp môn, từng đối tượng, từng trường phái của mình là mình chưa có sự toàn giác, chưa đi đúng hướng của Phật pháp. Vì vậy mà trong Phật giáo chia bè, chia nhóm. Nhóm này nói xấu nhóm kia, nhóm kia tấn công nhóm này. Cuối cùng là thân thể của Phật Pháp, thân thể đạo Phật bị phanh, bị xẻ, mà không ai khác hơn, chính là "sư tử trùng trung, thực sư tử nhục". Đó là điều mà các anh/chị/em khi học pháp Đối trị tất đàn này phải nhận ra cho rõ, để mình có được con đường vững chãi mà tu học, phụng sự chánh pháp, phụng sự dân tộc và nhân loại đúng như trong lời mở đầu của hiến chương Giáo Hội Phật Giáo Việt Nam Thống Nhất đã nêu.

Vì vậy, Đối trị tất đàn còn gọi là Đoạn ác tất đàn, nghĩa là Đối trị tất đàn giúp cho chúng sinh đoạn trừ tất cả những ác kiến, những nhận thức sai lầm dẫn tới những việc làm ác; giúp cho chúng sinh đoạn trừ những phiền não chấm dứt khổ đau. Nói một cách đúng với Phật học chuyên môn, Đối trị tất đàn giúp cho người thực tập đoạn trừ phiền não chướng, là những chướng ngại thuộc về phiền não ở nơi tâm, để có tâm giải thoát, tâm an vui; đoạn trừ sở tri chướng, là những chướng ngại đối với sở tri, đối với sự giác ngộ để có tuệ giác toàn bộ.

Chốt lại, Đối trị tất đàn có tác dụng đoạn trừ hai mặt, mặt phiền não chướng ở nơi tâm và sở tri chướng là những chướng ngại đối với trí tuệ, để có được tâm giải thoát, tuệ giải thoát. Một người có tâm giải thoát, có tuệ giải thoát, thì ở bất cứ đâu, làm bất cứ việc gì cho bất cứ ai, cũng đều thành tựu.

Đó là Đối trị tất đàn.

4. Đệ nhất nghĩa tất đàn

Đệ nhất nghĩa tất đàn tức là sự thành tựu tối thượng. Đó là sự thành tựu tuyệt đối. Đó là mục đích hoằng Pháp của Đức Phật. Nên, Đức Phật thuyết pháp bằng Thế giới tất đàn, bằng Vị nhân tất đàn, bằng Đối trị tất đàn, với mục tiêu cuối cùng là để hiển thị Đệ nhất nghĩa tất đàn. Nghĩa là Đức Phật thuận theo thế gian để làm gì, thuận theo từng người để thuyết pháp, nhằm mục đích gì, đối trị với từng căn bệnh phiền não, sở tri của từng người để làm gì? Để đưa họ đi về với Đệ nhất nghĩa tất đàn, tức là cuối cùng sẽ hiển thị cho họ thấy được chân lý tuyệt đối.

Chân lý tuyệt đối mà Đức Phật giảng cho mọi người, nói cho mọi chúng sinh là gì? Đó là "tất cả chúng sinh đều có Phật tính, đều có khả năng thành Phật". Muốn thành Phật thì phải chứng nhập Phật tính. Muốn chứng nhập Phật tính thì phải từ nơi tâm Bồ-đề hay từ nơi bản giác mà phát khởi đại nguyện lợi hành, giáo hóa hết thảy chúng sinh bằng phương pháp này hay phương pháp khác. Giáo hóa nhưng không mắc kẹt vào nơi phương pháp giáo hóa, nơi hình thức giáo hóa, khiến cho chúng sinh được giáo hóa đi tới được với chân lý tuyệt đối, với hạnh phúc an lạc. Đó là Đệ nhất nghĩa đế tất đàn.

Do đó, trong Luận đại trí độ, ngài Long Thọ nói "trong Tứ tất đàn thâu nhiếp hết thảy mười hai thể loại kinh và tám vạn bốn ngàn Pháp tạng" đều là thực mà không có gì mâu thuẫn nhau. Trong Phật Pháp hết thảy đều là thực, có pháp thực, vì theo nghĩa của Thế giới tất đàn; có pháp thực vì theo nghĩa của Các các vị nhân tất đàn; có pháp thực vì theo nghĩa của Đối trị tất đàn và có pháp thực vì theo nghĩa của Đệ nhất nghĩa đế tất đàn.

Như vậy, các anh/chị/em thấy rằng, mỗi thời Đức Phật thuyết pháp, thì ngay trong pháp được thuyết bởi Ngài, đều chuyển tải đầy đủ cả Tứ tất đàn; ba tất đàn trước thuộc về phương tiện, tất đàn sau, tức là Đệ nhất nghĩa tất đàn, là cứu cánh. Cứu cánh, nhưng không rời phương tiện. Cứu cánh có mặt ngay nơi những phương tiện mà Đức Phật sử dụng để thuyết pháp. Nghĩa là trong khi Đức Phật thuyết pháp, Ngài sử dụng những phương tiện của thế gian như ngôn thuyết, những tư duy... để chỉ bày chân nghĩa cho người nghe, chân lý cho người thấy. Nên, những phương tiện Đức Phật đã sử dụng đó, không còn là những phương tiện đơn thuần, mà là những phương tiện có nội dung, có tác dụng hiển thị chân lý, tức là hiển thị Đệ nhất nghĩa đế tất đàn.

Bởi vậy, nếu nghiên cứu kỹ, chúng ta sẽ thấy ngay trong Thế giới tất đàn có Đệ nhất nghĩa tất đàn, ngay trong Vị nhân tất đàn có Đệ nhất nghĩa tất đàn, ngay trong Đối trị tất đàn có Đệ nhất nghĩa tất đàn. Đây là điều các anh/chị/em cần lưu ý khi trình bày và thực hành giáo lý Tứ tất đàn, nghĩa là mục đích không rời phương tiện; phương tiện phải được bảo chứng để đi tới mục đích. Tức là chúng ta tùy duyên mà bất biến; bất biến ngay nơi cái tùy duyên của mình, chứ tùy duyên và bất biến không phải là hai cái tách rời nhau. Tùy duyên phải bảo chứng được cho nội dung bất biến; bất biến phải bảo chứng để tùy duyên đi tới. Bất biến phải là lực hút để hút tùy duyên đi tới mà không bị chệch hướng và tùy duyên phải hàm chứa nội dung bất biến. Khi học Tứ tất đàn rồi, chúng ta mới có thể ứng dụng được giáo lý của Phật vào trong đời sống xã hội. Do đó, chúng ta sang phần IV, tính chất tùy duyên và bất biến của Tứ tất đàn.

Tính chất tùy duyên
và bất biến của Tứ tất đàn

Trong Tứ tất đàn, thì Thế giới tất đàn hay Thế gian tất đàn, Vị nhân tất đàn, Đối trị tất đàn thuộc về tùy duyên ở trong đạo Phật, tùy duyên hành đạo, tùy duyên hoằng Pháp ở trong đạo Phật; còn Đệ nhất nghĩa tất đàn là cứu cánh, là mục đích của đạo Phật.

Tùy duyên là để đạt mục đích, chứ tùy duyên mà không đạt được mục đích của mình thì tùy duyên sẽ trở thành tùy tiện, như vậy sẽ đi chệch hướng của đạo Phật, đi chệch hướng với lý tưởng của mình.

Do đó, chúng ta phải nắm cho được cái tùy duyên bất biến và bất biến tùy duyên ở trong đạo Phật.

Ngày nay, người ta lạm dụng cái tùy duyên bất biến này hơi nhiều. Một người đã thực sự lên đến đỉnh núi rồi, đã thực sự ngồi trên đỉnh núi tuệ giác rồi, người ấy quán chiếu thấy được căn cơ của chúng sinh như thế nào rồi, mới bắt đầu xuống núi để tùy duyên giáo hóa. Còn chúng ta, phần nhiều là những người đang còn leo núi, chưa lên đến đỉnh mà chúng ta tùy duyên, thì nghe người này nói leo đường này thì mình cũng leo đường này; nghe người kia nói đi đường kia mới tới, mình liền chạy qua đường đó; rồi lại có người nói có con đường khác nhanh hơn nữa, mình liền bỏ đường cũ, leo theo con đường người đó nói. Cuối cùng, vì tùy duyên nên mình đi loanh quanh. Loanh quanh hoài, nên chẳng bao giờ đạt tới được mục đích của mình. Cũng như Trịnh Công Sơn nói "đi đâu loanh quanh cho đời mỏi mệt". Cho nên thế gian là pháp loanh quanh. Chỉ có khi nào, ta có Phật Pháp, có chánh đạo mới có trực đạo đi thẳng.

Quý vị phải biết rằng, trong Thế gian tất đàn có Đệ nhất nghĩa tất đàn, nên nói theo thế gian mà không sai với chính nghĩa; nói thuận theo với thế gian mà không sai với Niết bàn; ở trong sinh tử mà không sai với Niết bàn giải thoát.

Cũng vậy, trong Vị nhân tất đàn có Đệ nhất nghĩa tất đàn, trong Đối trị tất đàn có Đệ nhất nghĩa tất đàn.

Chúng ta phải tùy căn cơ, tùy từng hoàn cảnh của con người, từng hoàn cảnh xã hội mà giáo hóa, chúng ta tùy thuận mà không tùy thuộc. Vì sao? Vì trong Đối trị tất đàn, trong Vị nhân tất đàn, trong Thế gian tất đàn, mỗi cái đều có Đệ nhất nghĩa tất đàn. Cho nên, trong cái tùy duyên có tính chất bất biến bên trong.

Đây là điều mà các anh/chị/em cần phải học tập, chiêm nghiệm để có thể hành đạo được ở bất cứ nơi đâu, bất cứ lúc nào.

Cách nhìn xã hội qua Tứ tất đàn

Thứ nhất, xã hội theo cách nhìn Phật giáo là không có thật. Vì sao? Vì xã hội chỉ là hình ảnh phóng đại của từng gia đình. Cho nên đơn vị gia đình là đơn vị có thật, mà xã hội là bất thật.

Và nhìn cho kỹ nữa, bằng chánh kiến trong đạo Phật, thì gia đình cũng không có thật. Vì gia đình bao gồm vợ chồng, con cái, cháu chắt. Nếu tách chồng ra, tách vợ ra, tách con cái, cháu chắt ra, mỗi người mỗi nơi, thì gia đình cũng không có thật. Cho nên, gia đình cũng chỉ là hình ảnh phóng đại của từng con người liên kết với nhau. Vì vậy, từng thành viên là có thật, còn gia đình là hư ảo, không thật.

Rồi bằng chánh kiến, ta nhìn sâu vào sẽ thấy rằng, sắc uẩn con người không có thật. Bởi vì sắc uẩn con người do bốn chất đất, nước, gió, lửa hay là rắn, lỏng, nhiệt, khí tạo thành, nên thân thể con người chỉ là hình ảnh phóng đại của tâm thức mà thôi. Thân thể con người được tạo nên từ tâm thức con người. Vậy nên, tâm thức có thật, mà thân thể con người là không thật. Trong kinh, Đức Phật dạy, ai làm chủ được tâm, người đó làm chủ được thân; ai làm chủ được tâm, người đó làm chủ được gia đình; ai làm chủ được tâm, người đó làm chủ được thế gian; ai làm chủ được tâm, người đó làm chủ được nghiệp cảm của mình; và ai làm chủ được tâm, người đó có tự do trong cõi sinh tử luân hồi.

Tâm, bao gồm tâm thức cá nhân và tâm thức cộng đồng. Tâm thức cá nhân như thế nào, thì cá nhân đó có đời sống đúng như thế ấy. Tâm thức cộng đồng như thế nào, thì nó tạo ra đời sống cộng đồng đó như thế ấy. Nên, tâm thức đầy tham, sân, si, kiêu mạn và chấp ngã sẽ tạo ra đời sống cho con người đầy tính chất đó.

Tâm thức cộng đồng của một xã hội mà có những nền văn hóa cục bộ, những tư duy cục bộ, những ngôn ngữ phiến diện sẽ tạo ra cho xã hội đó một cộng đồng đúng như tâm thức cộng đồng mà xã hội đã có.

Vì vậy, trong kinh Đức Phật nói "tâm dẫn đầu các pháp, tâm làm chủ, tâm tạo tác".

Do đó, muốn xây dựng xã hội thì chúng ta phải xây dựng bằng cách nào? Muốn chuyển hóa xã hội để trở nên tốt đẹp thì chúng ta phải chuyển hóa như thế nào?

Chúng ta muốn xây dựng một xã hội tốt đẹp, muốn chuyển hóa xã hội để trở nên tốt đẹp, thì phải làm cho cộng đồng tâm thức nơi xã hội đó trở nên tốt đẹp.

Và muốn tâm thức cộng đồng trở nên tốt đẹp, thì chúng ta phải làm cho tâm thức cá nhân của mỗi người trở nên tốt đẹp.

Thế nào là một người tốt đẹp theo tiêu chuẩn đạo Phật? Đó là người từ bỏ tham, từ bỏ sân, bỏ si, bỏ kiêu mạn, bỏ nghi ngờ, bỏ chấp ngã. Nghĩa là mình bỏ các tính chất đó nhiều bao nhiêu, thì bản thân mình cao quý và đẹp bấy nhiêu. Trong cộng đồng xã hội mà mọi người bỏ được các tính xấu đó bao nhiêu, thì cộng đồng xã hội đó được yên ổn bấy nhiêu. Xã hội của chúng ta ngày nay có nhiều phức tạp là bởi vì tâm con người trong cộng đồng quá nhiều phức tạp.

Vì vậy, qua cách nhìn của Tứ tất đàn, chúng ta phải biết rất rõ chân lý tối hậu là tâm thức của mỗi con người, tâm thức cộng đồng tạo nên xã hội. Cho nên, nhìn những sinh hoạt xã hội, chúng ta biết được tâm thức cộng đồng; nhìn những hành vi, cử chỉ, ngôn ngữ, ứng xử của mỗi cá nhân, chúng ta biết được tâm thức của họ như thế nào. Và biết được như vậy, chúng ta mới giúp được con người tự thân, con người xã hội. Còn nếu không biết được, chúng ta sẽ cứ mãi chạy loanh quanh bên ngoài, và không đời nào giải quyết được tận căn đế của vấn đề.

Cho nên, nhìn xã hội qua Tứ tất đàn, chúng ta phải thấy rõ cái bản chất của xã hội là ở đâu? Là ở nơi tâm cộng đồng; và đời sống cá nhân là ở đâu? Ở nơi tâm của mỗi cá nhân. Chúng ta có thể thấy được con người cá nhân và con người cộng đồng thì chúng ta mới có thể đóng góp được vào sự xây dựng xã hội, nếu không, chúng ta không thể xây dựng xã hội thành công được.

Tôi nói ở đây, không có nghĩa là dùng duy tâm đối chọi với duy vật, không phải dùng tâm đối với vật. Tâm trong Phật giáo không phải là tâm đối với vật. Tâm trong Phật giáo bao trùm lên cả vạn vật, bao trùm lên mọi sự hiện hữu.

Đó là chân nghĩa của xã hội.

Thứ hai, chúng ta phải có cái nhìn xã hội là duyên khởi.

Bởi vì bản thân con người, tự thân con người là duyên khởi thì xã hội là hình ảnh phóng đại của tự thân con người, nên xã hội là một duyên khởi lớn, mọi sinh hoạt xã hội là một sự tương tác qua lại lẫn nhau để hình thành. Vì vậy, mình muốn bảo vệ mình thì mình phải bảo vệ xã hội; mình muốn xây dựng con người của mình cho đẹp, thì mình phải xây dựng xã hội. Mình phải làm cho xã hội ổn định, thì bản thân mình cũng sẽ ổn định theo xã hội.

Nếu mình muốn bảo vệ xã hội, thì mình phải bảo vệ thiên nhiên. Nếu mình bảo vệ xã hội mà lại làm cho trái đất bị thương tổn, làm cho không khí bị ô nhiễm, làm cho các thiên hà khác bị thương tổn, thì chính là mình đang phá xã hội. Cái nhìn duyên khởi trong Phật giáo, cho phép mình đi tới kết luận như thế.

Sự kiện núi lửa gây ảnh hưởng đến xã hội Âu Châu mấy tuần qua là một điều khiến chúng ta phải lưu ý đến giáo lý duyên khởi của Đức Phật, đặc biệt là giáo lý kinh Kim Cang mà Đức Phật đã dạy: chúng ta muốn bảo vệ xã hội thì phải bảo vệ cái không phải xã hội. Cho nên, xã hội không phải chỉ có con người đi qua, đi lại trao đổi với nhau bằng văn hóa, bằng tư tưởng, bằng giáo dục, bằng kinh tế, bằng chính trị, bằng giao thông tiện lợi,... mà xã hội cũng có nghĩa là thiên nhiên. Thiên nhiên đóng một vai trò rất quan trọng trong vấn đề xây dựng và ổn định xã hội. Vì vậy, trong cách nhìn xây dựng xã hội theo Phật giáo có những yếu tố căn bản: xã hội gồm con người, đất, nước, gió, lửa, không gian, tâm và thức, mà kinh Thủ Lăng Nghiêm gọi là bảy đại chủng. Chính bảy đại chủng này tạo nên xã hội con người. Tùy thuộc tâm thức cộng đồng của con người như thế nào, thì bảy đại chủng đó biểu hiện ra những sinh hoạt, những tướng trạng đúng như cộng đồng tâm thức ấy.

Xã hội không thể tồn tại được, nếu không có nước. Xã hội không thể tồn tại được, nếu không có đất. Xã hội không thể tồn tại được, nếu không có lửa. Xã hội không thể tồn tại được nếu không có không khí. Xã hội không thể tồn tại được, nếu không có không gian để thở và để cho mọi sự hiện hữu tự nó vận hành. Xã hội không thể tồn tại được, nếu không có tâm và thức. Và xã hội này không thể tồn tại được nếu con người trong xã hội đi tới với nhau bằng tâm ích kỷ, tâm thấp kém. Và xã hội không thể gọi là xã hội, nếu không có con người hoạt động bên trong đó. Cho nên, xã hội là một tập hợp, được tạo nên bởi bảy yếu tố cơ bản.

Ngày nay, con người vì do tầm nhìn hạn chế, nên cứ nghĩ là xã hội chỉ có những con người sinh hoạt đi lại, đối xử với nhau, các hoạt động văn chương, thi ca, triết học, giáo dục, từ thiện, chính trị,... Cách nhìn xã hội như vậy thật là thiếu sót, thiếu chánh kiến, thiếu chánh tư duy.

Cho nên, chúng ta phải biết xây dựng và bảo vệ xã hội bằng cách xây dựng và bảo vệ cái không phải là xã hội, đó là đất, nước, gió, lửa, không gian; bằng cách bảo vệ môi trường sinh thái của chúng ta. Nếu chúng ta bảo vệ xã hội mà không bảo vệ những cái không xã hội như là môi trường, như là thiên nhiên thì chính chúng ta đang phá hủy bản thân mình. Và chúng ta biết xây dựng và bảo vệ xã hội là chúng ta phải biết xây dựng và bảo vệ tâm và thức của mỗi chúng ta.

Đây là điều mà Thầy hiến tặng đến các anh/chị/em và các anh/chị/em khi có điều kiện sẽ nói cho các đoàn sinh của mình, và cho mọi thành phần của xã hội biết.

Vậy nên, ứng dụng Tứ tất đàn vào đời sống xã hội là chúng ta phải thấy xã hội cho rõ để ứng dụng. Nếu không thấy được xã hội trong sự tương tác duyên khởi, thì quả thật là chúng ta đã có quá nhiều sơ suất đối với sự hiểu biết về xã hội.

Một điều đáng mừng cho tư duy con người ngày nay là đã có được những cổ vũ để đi tới sự sinh hoạt toàn cầu. Trên thế giới đã có những tổ chức không biên giới: nhân đạo không biên giới, tình thương không biên giới..., những nước giàu có biết nhìn về những nước nghèo nàn để giúp đỡ không điều kiện. Đó là một điều đáng trân trọng, đáng tin tưởng về sự phát triển của lương tri con người.

Hiện nay vẫn có nhiều quốc gia thấp kém, tư duy lạc hậu, vẫn dòm ngó các quốc gia nhược tiểu để lấn mốc, tìm cách chiếm đất đai, mở rộng lãnh thổ. Điều này chứng tỏ trình độ văn hóa của các quốc gia đó còn rất thấp kém, trình độ tư duy, nhận thức còn rất chậm tiến về giáo lý duyên khởi và sự toàn thể.

Cái chấp ngã của bản thân gây thiệt hại đối với xã hội ít hơn, so với cái chấp ngã của cộng đồng. Cái chấp ngã của một dân tộc gây thiệt hại rất nhiều cho các dân tộc khác. Chúng ta phải lưu ý điều này.

Nếu không thấy được xã hội là duyên khởi, chúng ta có thể mệnh danh một dân tộc hùng mạnh đi xâm lăng các đất nước yếu kém, mà bản thân của dân tộc võ biền ấy, lại cho đi xâm lăng nước khác là một việc làm chính nghĩa. Đó là một cái nhìn sai lầm so với cái nhìn duyên khởi, cái nhìn đại từ bi trong đạo Phật. Chúng ta cần phải lưu ý điều này.

Khi mình ca ngợi dân tộc mình thì cũng có nghĩa là mình đang làm cho dân tộc mình bị cô lập. Vì vậy, trong lời mở đầu của hiến chương Giáo Hội Phật Giáo Việt Nam Thống Nhất, các Thầy Tổ của chúng ta đã hạ bút và đề một câu cực kỳ thông minh: *"Giáo hội Phật giáo Việt Nam Thống Nhất không đặt sự tồn tại của mình trong nguyên vị cá biệt mà đặt sự tồn tại của mình trong lòng dân tộc và nhân loại"*. Đó là cái nhìn của Bồ tát đạo, cái nhìn của Phật đạo. Và vì vậy, Giáo Hội Phật Giáo Việt Nam Thống Nhất là vĩnh viễn tồn tại. Khi nào dân tộc Việt Nam không còn, thì Giáo Hội Phật Giáo Việt Nam Thống Nhất mới không còn; khi nào cả nhân loại không còn thì Giáo Hội Phật Giáo Việt Nam Thống Nhất mới không còn. Đó là các vị tôn túc của chúng ta với cái nhìn của giáo lý duyên khởi, cái nhìn của Bồ tát đạo đã gắn liền sự tồn tại của giáo hội với sự tồn tại dân tộc và nhân loại, chứ không phải tồn tại trong từng thời đại của chính quyền. Nếu gắn liền sự tồn tại của Giáo hội theo từng thời đại chính quyền lãnh đạo, thì khi một chính quyền Tư bản sụp đổ, giáo hội cũng sụp đổ sao? Khi một chính quyền XHCN sụp đổ, giáo hội cũng sụp đổ sao? Khi một chính quyền Phong kiến sụp đổ, giáo hội cũng sụp đổ sao? Cho nên, Phật giáo không bao giờ bị sụp đổ, Giáo hội PGVNTN không bao giờ sụp đổ, khi dân tộc Việt Nam còn, khi nhân loại còn. Cái còn đó là cái còn trong sự tương quan duyên khởi; cái còn như là cái còn của Đệ nhất nghĩa đế có mặt ở trong Thế gian tất đàn,

Đối trị tất đàn, Vị nhân tất đàn. Cho nên, Thế gian tất đàn có mặt ở đâu thì Đệ nhất nghĩa tất đàn có mặt ở đó; Đối trị tất đàn có mặt ở đâu thì Đệ nhất nghĩa tất đàn có mặt ở đó; Vị nhân tất đàn có mặt ở đâu thì Đệ nhất nghĩa tất đàn có mặt ở đó. Nói một cách khác, dân tộc Việt Nam có mặt ở đâu, thì GHPGVNTN có mặt ở đó, con người Việt Nam ở đâu, thì GHPGVNTN có mặt ở đó. Có mặt để làm gì? Có mặt để góp phần từ bi và trí tuệ của mình vào để xây dựng cho xã hội. Có mặt để làm gì? Để tiếp tục đào tạo thanh thiếu đồng niên theo tinh thần của Phật giáo, góp phần xây dựng xã hội dưới cái nhìn Phật giáo.

Vậy nên, nhìn xã hội mình phải thấy được bản chất xã hội là gì, nó tồn tại như thế nào thì mới có thể thuyết pháp, hoằng hóa lợi sinh, mới có thể ứng dụng Tứ tất đàn vào đời sống xã hội được.

Phương pháp ứng dụng Tứ tất đàn vào đời sống xã hội

Ai là người ứng dụng Tứ tất đàn vào xã hội? Đó là vấn đề.

Người đầu tiên ứng dụng Tứ tất đàn vào sự nghiệp hoằng pháp lợi sinh, độ đời là Đức Phật. Tiếp theo Đức Phật là các vị lịch đại tổ sư. Tiếp theo nữa là các vị Bồ Tát. Các vị Bồ Tát sau khi đã hoàn thành được căn bản Phật học, tức là tự hoàn thiện được mình về mặt đạo đức, nhân cách thì nghĩ đến công ơn của Phật, công ơn của Tổ, của cha mẹ, công ơn của mọi người, mọi loài, công ơn của xã hội mà phát khởi tâm bồ đề, thực hành Bồ tát đạo.

Cho nên, người có thể ứng dụng Tứ tất đàn vào sự tu học và hoằng pháp lợi sinh hiện nay phải là những người có tâm Bồ tát, mà cụ thể là những người thọ trì Bồ Tát giới, thực hành Bồ Tát đạo, nghĩa là đi trên con đường của đại thừa.

Bởi vì sau khi hoàn thiện được bản thân về mặt nhân cách, đạo đức, Bồ Tát thấy rằng thế gian còn tăm tối. Bản thân mình thánh thiện mà thế gian tăm tối, bản thân mình sống hạnh phúc mà thế gian đau khổ, bản thân mình sang trọng mà thế gian thấp kém thì cái thấp kém của thế gian có thể ảnh hưởng đến cái cao thượng của mình. Cũng như mình xây một ngôi nhà đẹp trong một khu vườn đẹp mà không có đường đi vào, không có ai thưởng thức được thì ngôi nhà đẹp của mình, khu vườn đẹp của mình có giá trị gì, có lợi ích gì.

Do đó, muốn ngôi nhà mình đẹp, khu vườn mình đẹp thì phải có con đường đẹp dẫn vào, có những con người với đầy đủ trình độ, khả năng thưởng thức những thứ đẹp đẽ, những thứ quý giá đó. Mình cũng phải làm cho cả những người chung quanh ngôi nhà mình sạch hơn, đẹp hơn thì cái đẹp của ngôi nhà mình mới có giá trị.

Và quan trọng hơn nữa, là mình phải làm sao để mọi người có thể thưởng thức được hết những trân quý trong nhà mình.

Muốn vậy, tự thân con người phải tự hoàn thiện bản thân, hoàn thiện nhân cách của mình, rồi nhìn ra ngoài xã hội và phát khởi tâm đại thừa để thực hành Bồ tát đạo, để giúp cho những người khác cũng hạnh phúc như mình, hoàn thiện như mình, có nhân cách như mình, có đời sống cao đẹp như mình, sang trọng như mình và an lạc như mình.

Con đường mà lợi mình, lợi người như thế gọi là con đường của Bồ tát hạnh. Làm lợi mình, lợi người như thế gọi là hạnh của Bồ Tát. Tâm làm lợi mình, lợi người như thế gọi là tâm của Bồ Tát.

Bây giờ, Bồ Tát ở trong cõi người, từ nơi thế giới con người mà phát tâm Bồ tát, thì phải nhắm vào nơi xã hội chúng ta đang sống. Mà muốn chuyển hóa xã hội chúng ta đang sống, chúng ta phải nhắm tới chuyển hóa những người thương yêu liên hệ với chúng ta. Bồ Tát thì phải làm cho vợ, cho chồng của Bồ tát dễ thương. Còn nếu Bồ tát tại gia mà vợ mình không dễ thương, chồng mình không dễ thương thì mình còn nói dễ thương với ai được. Bồ tát cha, Bồ Tát mẹ phải làm cho con cháu mình dễ thương ra, nếu không thì mình nói ai được giữa cuộc đời này. Giữa bạn bè với nhau, mình phải làm cho bạn mình dễ thương ra, nếu không thì làm sao mình nói với các đối tượng xã hội khác được.

Các đối tượng xã hội, họ nhìn vào mình dưới nhiều khía cạnh, góc độ khác nhau, nhưng trước hết, họ nhìn vào nhân cách tu tập của mình. Nếu mình không có nhân cách, thì có nói chăng cũng chỉ là sáo ngữ, chỉ là bản nhạc ca ngợi nghe êm tai, chứ chẳng có giá trị gì.

Do đó, muốn ứng dụng Tứ tất đàn vào sinh hoạt xã hội, trước hết chúng ta phải phát tâm Bồ-đề, thực hành Bồ tát đạo, nói một cách khác, phải phát khởi tâm chí đại thừa để đi vào cuộc sống, để có mặt ngay giữa cuộc đời này, có mặt ngay nơi xã hội đầy biến động và sinh động này để gầy dựng lại những gì đã đổ vỡ, hàn gắn lại những gì đã rạn nứt, dựng đứng lại những gì đã xiêu vẹo, bật đèn cho người ta thấy, chỉ đường cho người ta đi đến nơi an ổn, hạnh phúc, cao thượng.

Muốn như vậy, người Phật tử ứng dụng Tứ tất đàn phải lắng nghe và học hỏi không biết mệt mỏi. Mình phải học hỏi những gì thế gian đã có. Chắc chắn các anh/chị/em đã được học về Ngũ minh rồi. Ngũ minh là năm phương pháp mà người học giáo lý đại thừa phải học, phải nghiên cứu, phải thực tập để có khả năng đi vào sống giữa lòng xã hội, làm thay đổi xã hội theo hướng Phật Pháp.

Thứ nhất là Thanh minh. Thanh minh có nghĩa là hiểu rõ về mọi thứ ngôn ngữ.

Mình ở Mỹ thì phải nói được ngôn ngữ của người Mỹ mới có thể giúp được cộng đồng người Mỹ. Bây giờ các anh/chị/em ở Mỹ mà còn nói tiếng Việt và chỉ giúp được cộng đồng người Việt mà không giúp được cộng đồng người Mỹ thì làm sao mà giúp cho xã hội Mỹ đi theo hướng Phật pháp được. Xã hội Mỹ có những cái đã hoàn thiện về mặt khoa học kỹ thuật, nhưng mặt tâm linh, tín ngưỡng và những mặt khác vẫn chưa hoàn thiện, thì bây giờ, vai trò của các anh/chị/em là phải hoàn thiện cho xã hội người Mỹ, cho cộng đồng người Mỹ về mặt Phật pháp. Và mình có thể giới thiệu đạo Phật Việt Nam, lịch sử Phật giáo Việt Nam cho người Mỹ biết, mà muốn được như vậy, mình phải giỏi về Thanh minh, tức là giỏi về ngôn ngữ học, tục ngữ, phương ngữ của người Mỹ. Không những vậy, mình còn phải giỏi về văn hóa, luật lệ của người Mỹ nữa.

Cho nên, Phật tử muốn đi vào đời, ứng dụng Tứ tất đàn làm thay đổi xã hội của người Mỹ theo hướng Phật pháp thì phải giỏi về Thanh minh.

Thứ hai là Nhân minh, tức là giỏi về luận lí học. Người ta nói ra là mình biết được họ nói sai ở chỗ nào, đúng ở chỗ nào. Muốn chinh phục người khác, thì mình phải có những luận lý sắc bén, nếu không thì khó mà làm cho người ta nghe và chấp nhận luận điểm của mình.

Không có Nhân minh, mình không biết đúng sai. Sống ở trong một cộng đồng nào đó, mình phải biết biện luận để nêu rõ chánh lý và phá bỏ tà kiến của cộng đồng đó, nâng cộng đồng đó đi lên với chánh kiến. Vì vậy, chúng ta phải có Nhân minh luận.

Thứ ba là Công xảo minh, tức là phải giỏi về khoa học công nghệ. Nhất là trong xã hội Mỹ rất phát triển về khoa học công nghệ, khoa học thông tin thì chúng ta phải giỏi cái đó, đi vào trong lĩnh vực đó để ứng dụng Tứ tất đàn vào đó. Qua Tứ tất đàn, chúng ta có thể làm thay đổi xã hội Mỹ theo hướng Phật pháp, giúp cho xã hội Mỹ ổn định lại tất cả những gì mà họ chưa thể ổn định. Chúng ta đóng góp được như vậy là nhờ vào Công xảo minh.

Thứ tư là Y phương minh, tức là phải giỏi về y học.

Chúng ta phải giỏi về y khoa. Y khoa ở đây không chỉ là các bệnh về sinh lý, về cơ thể người mà còn phải giỏi về tâm học, tâm lý trị liệu nữa.

Và sau khi chữa lành các bệnh trên thân của họ, bệnh trong tâm của họ thì ta đưa họ đi về đâu?

Ta có Thế gian tất đàn rồi, Vị nhân tất đàn rồi, Đối trị tất đàn rồi, ta thành tựu ba mặt đó rồi, thì ta phải đưa họ đi về Đệ nhất nghĩa tất đàn, tức là cái chân lý tối hậu mà Phật giáo muốn nói cho cuộc đời, Phật giáo muốn hiến tặng cho cuộc đời. Như trong kinh Pháp Hoa, đức Phật muốn đưa người đi tới nơi bảo sở, chứ không phải dừng lại ở hóa thành. Nhưng muốn đưa người ta đi tới bảo sở, mình phải có khả năng tạo ra hóa thành để cho mọi người dừng chân, vì đường đi xa quá, sức người có hạn.

Thứ năm là Nội minh, tức là giáo lý của mình.

Như vậy, chúng ta thấy rằng, trong Ngũ minh thì Thanh minh, Y phương minh, Công xảo minh, Nhân minh thuộc về Thế gian tất đàn, Đối trị tất đàn, Vị nhân tất đàn còn Nội minh là Đệ nhất nghĩa tất đàn. Mình làm y học là để chuyển vận Nội minh cho xã hội, tức là phải nói được giáo lý đức Phật dạy, mục đích lời Phật dạy, mục đích ra đời của đức Phật, mục đích kinh điển Phật giáo lưu truyền là để làm gì cho xã hội con người. Và để nói được những điều đó, mình phải biết sử dụng ngôn ngữ, y dược, khoa học công nghệ, sử dụng luận lý để chuyển tải. Do đó, một vị đi vào xã hội để ứng dụng Tứ tất đàn vào trong sinh hoạt của xã hội, vị đó phải có tâm Bồ-đề rộng lớn, có những phương tiện thực tiễn, mới có thể đóng góp và làm thay đổi xã hội theo tinh thần Phật giáo.

Trong xã hội mình làm thay đổi đó, phải lấy hai chất liệu trí tuệ và từ bi làm chủ yếu.

Để thay đổi toàn thể thế giới, mình có Thế gian tất đàn. Để thay đổi từng cá nhân, từng xã hội, mình có Các các vị nhân tất đàn. Xã hội Việt Nam khác với xã hội Mỹ; xã hội Trung Hoa khác với xã hội Pháp; xã hội Pháp khác xã hội Anh,... Đi đến đâu mình cũng biết được Thế giới tất đàn như vậy, Vị nhân tất đàn như vậy, thì mình mới sử dụng Đối trị tất đàn thành công, mới đưa xã hội đi về với Đệ nhất nghĩa tất đàn, nếu không thì sẽ thất bại.

Các anh/chị/em tụng kinh Pháp Hoa, kinh Phổ Môn đã biết, Bồ Tát Quán Thế Âm, đối với người cần hiện thân trưởng giả, Ngài liền hiện thân trưởng giả để thuyết pháp; đối với người cần hiện thân tể tướng để thuyết pháp, Ngài liền hiện thân tể tướng để thuyết pháp; đối với người cần hiện thân đạo đức, như Tỳ kheo, Tỳ kheo ni để thuyết pháp, Bồ Tát liền hiện thân Tỳ kheo, Tỳ kheo ni để thuyết pháp,... Ấy là Bồ Tát Quán Thế Âm đã thành tựu Đối trị tất đàn, Vị nhân tất đàn, Thế gian tất đàn. Và thuyết pháp để đưa người ta đi tới đâu? Tới sự an lạc, hạnh phúc và thành Phật trong tương lai, từ đó, họ sanh khởi niềm tin là bản thân mình cũng có Phật tính, mình cũng có khả năng thành Phật, thấy được đau khổ của người khác cũng là đau khổ của mình, từ đó mà khởi tâm hành Bồ Tát đạo. Như thế là thành tựu được mục đích thuyết pháp, tức là Đệ nhất nghĩa tất đàn.

Cho nên, phương pháp ứng dụng Tứ tất đàn là trước hết, người ứng dụng Tứ tất đàn phải là người có tâm Bồ tát, phải học hỏi giáo lý xuyên suốt từ Thanh văn đến Đại thừa, và đừng dừng lại ở nơi hạnh Thanh văn. Hạnh Thanh văn giống như hạnh của một người giàu đóng cửa, hưởng thụ một mình, bà con không ai có lợi gì cả. Do đó, tự hoàn chỉnh hạnh Thanh văn rồi, phải hướng tới và phát tâm thực hành hạnh Bồ tát, thì hạnh Thanh văn mới có ý nghĩa. Hạnh Thanh văn là hạnh trong sạch và hoàn thiện tự thân, nếu hạnh ấy mà có Bồ tát hạnh ở trong, thì mình có thể đem sự trong sạch đó làm trong sạch, lợi ích cho nhiều người. Cũng như người nhà giàu, giàu có là quý, nhưng biết đem tài sản của mình chia sẻ cho nhiều người chung quanh, những người nghèo khó hơn mình, từ đó, những người nghèo cảm đức từ bi của mình nên quy y Tam bảo, bỏ ác làm lành, có tâm hướng thượng. Đó chính là con đường của Bồ tát, con đường ứng dụng Tứ tất đàn vào đời sống xã hội.

Người đầu tiên chuyển tải pháp và ứng dụng Tứ tất đàn vào đời sống xã hội là Đức Phật, sau đó là các vị Tổ sư của chúng ta, tiếp theo là các vị Tăng ni, Phật tử thọ trì Đại thừa bồ tát giới thiết lập trên nền tảng của Bồ-đề tâm.

Bồ-đề tâm có hai chất liệu trí tuệ và từ bi. Nhờ có hai chất liệu này mà Phật giáo có mặt giữa cuộc đời một cách đích thực để góp phần xây dựng một xã hội theo cái nhìn của Phật giáo. Thầy nhắc lại là đạo Phật không phải đi vào cuộc đời, đạo Phật có ngay giữa cuộc đời. Nếu nói rằng đạo Phật đi vào cuộc đời thì đó không phải là cách nói theo ngôn ngữ Đệ nhất nghĩa tất đàn.

Nói theo ngôn ngữ Đệ nhất nghĩa tất đàn là Phật giáo có mặt ngay giữa cuộc đời, chứ không phải có bên lề cuộc đời hay ngoài cuộc đời, để rồi từ đó mà đi vào cuộc đời. Chắc chắn rằng, các anh/chị/em đã học kinh Pháp Hoa, và thấy hoa sen có mặt ở trong bùn, chứ không phải hoa sen đứng ở ngoài bùn, rồi đi vào trong bùn và nở ra hoa. Và các anh/chị/em cũng đã học kinh Duy Ma Cật và đã biết rằng, sinh tử và niết bàn không phải là hai cửa ngõ khác nhau, mà là hai mặt của sự giác ngộ. Và bài Tứ diệu đế cũng đã cho ta thấy rằng, Đức Phật dạy Tứ diệu đế về khổ, tập, diệt, đạo, thì khổ và tập là mặt của sinh tử; diệt và đạo là mặt của niết bàn. Khổ và tập là mặt của hệ lụy, của phiền não, còn diệt và đạo là mặt của Bồ-đề, của giải thoát. Khổ và tập là nguyên nhân và kết quả của khổ đau trong sinh tử; diệt và đạo là nguyên nhân và kết quả của đời sống giải thoát an lạc. Như vậy rõ ràng đạo Phật không phải đứng ngoài cuộc đời hay bên lề cuộc đời để đi vào, mà đạo Phật có mặt ngay giữa cuộc đời để làm cho cuộc đời có ý nghĩa. Cho nên giải thoát và hệ lụy cũng chỉ như hai mặt của một bàn tay mà thôi. Chúng ta phải hiểu như vậy rồi, chúng ta mới nói đạo Phật có mặt giữa cuộc đời để giúp cho xã hội thăng hoa.

Như vậy, rõ ràng rằng, đạo Phật có mặt ngay giữa lòng xã hội, để làm cho xã hội nở ra hoa trái của sự an lạc, giải thoát, của trí tuệ và từ bi.

1- Ứng dụng Tứ tất đàn vào xã hội vĩ mô:

Theo cách nhìn của Phật giáo, thì xã hội không phải chỉ là những sinh hoạt thuộc về loài người, mà nó bao gồm cả y báo và chánh báo của lục đạo chúng sinh, của ba cõi dục giới, sắc giới và vô sắc giới. Và lục đạo chúng sinh thì bao gồm cả chư thiên, nhân loại, A-tu-la, súc sinh, ngạ quỷ, địa ngục. Vì vậy, Phật giáo nhìn xã hội với một tầm vĩ mô rất lớn, một cái nhìn toàn thể và chi tiết. Và tất cả những hoạt động của sáu loài gồm: chư thiên, nhân loại, A-tu-la, súc sinh, ngạ quỷ, địa ngục đều liên hệ đến những hoạt động của xã hội con người. Chúng ta muốn hiểu xã hội con người, thì chúng ta phải hiểu những cái gì không phải là con người, không phải là xã hội con người. Cho nên, chúng ta muốn hiểu xã hội con người thì chúng ta phải có tầm nhìn và tầm hiểu về xã hội chư thiên, xã hội của A-tu-la, xã hội của súc sinh, xã hội của ngạ quỷ, xã hội của địa ngục thì chúng ta mới có thể hiểu được xã hội con người một cách hoàn chỉnh hơn, chính xác hơn.

Và khi chúng ta đã hiểu được xã hội con người qua xã hội của chư thiên, xã hội của A-tu-la, xã hội của súc sinh, xã hội của ngạ quỷ, xã hội của địa ngục, thì chúng ta mới có thể áp dụng được pháp Tứ tất đàn vào xã hội con người, để xây dựng xã hội con người theo tinh thần Phật giáo.

Và muốn hiểu xã hội của hết thảy lục đạo chúng sinh, chúng ta phải hiểu nhân và quả của chúng. Chư thiên do tu nhân gì, thực tập nhân gì, duyên gì hỗ trợ, mà đạt tới quả báo của thế giới chư thiên. Nhân loại do thực tập Pháp gì, do tu Pháp gì, do thành tựu nhân gì, thực tập nhân gì, duyên gì, mà đi tới thế giới ở trong loài người. A-tu-la là do nhân gì, duyên gì, quả gì mà tạo nên thế giới của họ, tạo nên xã hội của họ. Và thế giới súc sinh, xã hội súc sinh cũng vậy, do nhân gì, duyên gì, quả gì mà đi tới thế giới của súc sinh. Và ngạ quỷ là do nhân gì, duyên gì mà đi tới thế giới, xã hội của ngạ quỷ. Địa ngục là do nhân gì, duyên gì mà tạo nên xã hội của địa ngục hay thế giới của địa ngục. Chúng ta hiểu được thế giới của chư thiên, của nhân loại, của A-tu-la, của súc sinh, ngạ quỷ, địa ngục qua nhân duyên, nhân quả, nghiệp báo, thì chúng ta mới hiểu được thế nào là Thế giới tất đàn. Và khi chúng ta hiểu được Thế giới tất đàn như vậy, thì chúng ta mới ứng dụng Phật Pháp vào trong các thế giới ấy, xã hội ấy để có thể đưa họ đi về với Đệ nhất nghĩa tất đàn.

Chúng ta phải hiểu xã hội dưới một cái nhìn bao quát và chi li của Phật Pháp, cái nhìn bằng trí tuệ ở trong Phật giáo. Còn nếu chúng ta chỉ hiểu xã hội con người, qua những hoạt động của nó về kinh tế, chính trị, văn hóa, xã hội, từ thiện, tín ngưỡng,... thì chúng ta chưa hiểu xã hội của con người là gì. Nếu ta chỉ hiểu rằng, những hoạt động xã hội là những hoạt động trên những lĩnh vực ấy, và chỉ là những lãnh vực ấy, thì những hoạt động xã hội của chúng ta sẽ không thành công. Tại sao? Vì chúng ta chỉ hiểu những sinh hoạt của xã hội con người chỉ là những sinh hoạt đơn thuần của con người thôi, cái hiểu như vậy chưa phải là chánh kiến ở trong đạo Phật. Và cái chiêm nghiệm về thế giới con người mà chỉ nhắm tới con người thôi, thì chưa phải là chánh tư duy ở trong đạo Phật. Chúng ta nghĩ về con người và chỉ duy trì suy nghĩ về con người thôi, thì đúng là chúng ta chưa có chánh niệm ở trong đạo Phật. Chúng ta chỉ nói ngôn ngữ con người và chỉ nhắm tới con người và xã hội con người thôi, thì chúng ta vẫn chưa hiểu chánh ngữ ở trong Bát chánh đạo ở trong đạo Phật. Và chúng ta hành hoạt mà chỉ nhắm tới phạm vi con người thôi, chỉ những hành động liên hệ đến con người thôi, thì chúng ta chưa hiểu được chánh nghiệp ở trong đạo Phật, trong Bát chánh đạo. Và chúng ta tu tập thiền định mà chỉ nhắm tới buông thư, chỉ xả những cái sốc, những bận rộn trong thế giới con người thôi, thì chúng ta chưa hiểu thế nào là chánh định ở trong đạo Phật, ở trong Bát chánh đạo. Do đó, qua bài học này, chúng ta phải học cho kỹ và có tầm nhìn thế nào là Thế giới tất đàn hay thế gian tất đàn. Nếu chúng ta không hiểu Thế gian tất đàn, chúng ta khó mà đóng góp phần mình vào thế giới con người.

Tất cả các anh/chị/em đã thấy, ngày hôm nay thế giới đang sôi nổi bởi bầu không khí của thế giới đang bị ô nhiễm và những động đất, thiên tai, hỏa hoạn, núi lửa làm cho xã hội Âu châu mù mịt khó khăn. Do đâu mà có? Có phải là do thiên nhiên không được bảo toàn, con người khai thác thiên nhiên đến một mức độ mà thiên nhiên phải lên tiếng, lên tiếng để bảo toàn lại những gì mà thiên nhiên đã bị cướp mất bởi con người, bởi lòng tham của con người, bởi cái nhìn sai lạc của con người về thế giới, về xã hội.

Cho nên thầy hy vọng qua thời pháp thoại này, tất cả các anh/chị/em Vạn Hạnh I của Hoa Kỳ sẽ có được một tầm nhìn rộng lớn hơn, để có thể đóng góp được cái nhìn của Phật Pháp, cái tu học của Phật Pháp vào trong môi trường, trong xã hội mà các anh/chị/em đang có mặt, nói cách khác là cho xã hội con người nói chung và xã hội Hoa Kỳ mà các anh/chị/em đang có mặt ở đó.

2- Áp dụng Tứ tất đàn cụ thể trong tổ chức GĐPT:

Bây giờ mình nói theo nghĩa cụ thể mà tổ chức của các anh/chị/em là tổ chức Gia Đình Phật Tử, ấy là một tổ chức nhỏ trong cộng đồng xã hội nhân loại, chúng ta có thể áp dụng Tứ tất đàn vào tổ chức Gia Đình Phật Tử, thì phải áp dụng như thế nào?

Gia Đình Phật Tử hiện nay đã trở thành Gia Đình Phật Tử liên kết với nhau để trở thành một tổ chức toàn cầu. Bởi vậy, muốn áp dụng Tứ tất đàn vào tổ chức này, thì phải hiểu thế nào là gia đình phật tử toàn cầu. Gia đình phật tử toàn cầu được tạo nên, bởi gia đình phật tử các châu lục, các quốc gia. Như vậy, mình muốn ứng dụng Tứ tất đàn vào gia đình phật tử toàn cầu, thì mình phải có cái nhìn toàn cầu, qua cái nhìn từng châu lục, từng quốc gia thì mình mới có thể điều khiển được, lãnh đạo được gia đình phật tử toàn cầu, gia đình phật tử trên thế giới. Điều này là anh Bạch Hoa Mai làm Tổng thư ký Gia đình phật tử trên thế giới cần phải lưu ý. Nếu mình muốn điều khiển một gia đình phật tử toàn cầu thành công, mình phải hiểu được văn hóa, chính trị, luật pháp, tôn giáo của từng vùng, mà không phải chỉ hiểu Phật giáo không là đủ. Ví dụ ở xã hội Tây phương thì Thiên chúa giáo có gốc rễ như thế nào, Tin lành có gốc rễ như thế nào, Anh giáo có gốc rễ như thế nào, và ở các nước Trung đông, Indonexia, Malaysia... thì Hồi giáo, có ảnh hưởng như thế nào và đức tin của quần chúng các nước đó đối với tôn giáo bản xứ như thế nào, mình phải nắm vững. Nắm vững và hiểu biết như vậy gọi là Thế giới tất đàn.

Và khi nắm vững niềm tin, kinh tế, chính trị, luật pháp,... của từng quốc gia như vậy, thì mình mới có thể chuyển tải được chất liệu Phật Pháp vào trong vùng đó. Và trong ngôn ngữ Phật giáo các anh/chị/em thường nghe là tùy duyên hóa độ. Tùy duyên để chuyển tải Phật Pháp vào. Nhưng tùy duyên mà không bị tiêu diệt, không bị biến thể là bởi vì mình có Đệ nhất nghĩa tất đàn, tức là tùy duyên mà bất biến. Tùy duyên mà không bị đánh rơi mục đích của mình.

Ban hướng dẫn của các châu lục cũng phải biết được cái toàn thể và cái chi tiết của từng vùng, từng khu vực mới có thể chuyển tải được Phật Pháp vào trong từng khu vực của mình, và trong sự chuyển tải Phật Pháp đó, mình có luôn cả tổ chức gia đình phật tử của mình. Mình muốn duy trì tổ chức gia đình phật tử thì phải duy trì cho được tinh thần của đạo Phật. Và mình duy trì được tinh thần đạo Phật thì mới duy trì được tinh thần tổ chức của các giáo hội. Và duy trì được tư tưởng, tinh thần tổ chức của các giáo hội, thì mình mới duy trì được đoàn thể của mình. Tùy theo mức độ quy định của các nội quy, quy chế của các hiến chương. Nếu đạo Phật không còn, thì các nhân danh tổ chức Phật giáo trở thành ra lộng ngôn mà thôi. Cho nên, phải hiểu thế nào là toàn thể, thế nào là từng vùng, mới ứng dụng được Đệ nhất nghĩa tất đàn vào trong đó. Cho nên, muốn ứng dụng được Đệ nhất nghĩa tất đàn thì phải hiểu và ứng dụng cho được Thế giới tất đàn.

Đó là Thầy nói một cách tổng quát. Bây giờ mình nói cụ thể hơn một chút về tổ chức gia đình phật tử.

Một gia đình phật tử theo như quý anh/chị/em đã biết, một liên đoàn trưởng nam hoặc liên đoàn trưởng nữ phải có liên hệ như thế nào với các đoàn trong gia đình của mình, phải biết các đoàn trưởng và đoàn sinh trong đơn vị của mình. Như thế nào gọi là biết? Đó là mình phải biết nhân, biết duyên, biết quả, biết báo, biết nghiệp của từng đoàn viên của mình. Cho nên, trong một đoàn oanh vũ nam hoặc oanh vũ nữ, một đoàn thiếu nam hay thiếu nữ, liên đoàn trưởng phải biết cho hết, từ đoàn trưởng cho đến đoàn sinh.

Hiểu như thế nào? Hiểu nhân, quả nghiệp báo của từng người, từng đoàn. Cái hiểu đó gọi là cái hiểu Thế gian tất đàn hay thế giới tất đàn. Rồi từ đó, mình chuyển tải được Phật Pháp vào trong họ và làm thay đổi nhân, duyên, quả báo của họ, từ thấp đến cao, từ mê đến ngộ, từ một người không dễ thương trở thành một người dễ thương, từ một con người tầm thường trở thành một con người cao quý. Việc làm như vậy, chính Phật đã từng ứng dụng và thành công trên con đường hoằng pháp độ sinh của Ngài từ khi Ngài thành đạo tại Bồ Đề Đạo Tràng, chuyển pháp luân tại Lộc Uyển, cho đến khi nhập Niết-bàn tại rừng cây Sala Song Thọ.

Ứng dụng Tứ tất đàn vào sự nghiệp hoằng pháp độ sanh, sự ứng dụng nầy là nét đặc biệt mà chỉ Đức Phật mới có, chỉ có đạo Phật mới có, các tôn giáo khác không có. Các anh/chị/em cũng đã thấy là trên bước đường truyền bá Phật Pháp, sau khi Đức Phật niết-bàn rồi, các Tổ của mình cũng tiếp tục con đường đó, cũng bằng cách ứng dụng Tứ tất đàn trong sự nghiệp hoằng pháp. Và nhờ vậy, Phật giáo đã phát triển khắp cả ngũ hà Ấn Độ, rồi lan qua các nước phụ cận và trải dài cả toàn thế thế giới. Phật giáo đi đến đâu thì không có chiến tranh, không có hận thù; Phật giáo đi đến đâu thì đem lại hòa bình đến đó, xem quốc gia đó, vùng đất đó, như là đất nước của mình, quê hương của mình và mình có trách nhiệm làm sáng chói lên ở vùng đó, ở đất nước đó.

Vì vậy, Phật giáo không có xâm lăng và không cần mượn bất cứ một thế lực nào để phụ họa, để truyền bá chánh Pháp của Phật hết. Nên, các anh/chị/em cũng lưu ý là mình đừng có dựa quyền, dựa thế bất cứ ai hết, mà chỉ dựa vào tuệ giác của mình, dựa vào tâm Bồ-đề của mình, dựa vào tình thương của mình để mà hành đạo.

Nhờ dựa vào tâm Bồ-đề, nên Phật giáo không bị tai tiếng trên bước đường truyền giáo của mình, trong khi các tôn giáo khác thì dùng vũ lực, dùng súng đạn, dùng những thế lực chính quyền để truyền bá giáo lý của họ, và vì vậy nên đã gây ra những điều đáng tiếc cho xã hội con người. Những tôn giáo khác, họ nói họ làm đẹp cho xã hội con người, nhưng chính họ là gây ra những đáng tiếc cho xã hội con người. Trong lúc đó Phật giáo không có chuyện đó, Phật giáo không hề có chuyện truyền giáo dùng những thủ đoạn này thủ đoạn khác hay cậy thế, cậy quyền gì hết, Phật giáo cũng không đem tiền bạc để mua chuộc ai, mà cũng không đem quyền lực để mà quyến rũ hay áp đặt ai theo mình, mà chỉ đem đức độ của mình, đức độ của trí tuệ và từ bi để giúp đời mà thôi.

Tại sao Đức Phật làm được như vậy? Tại vì trí tuệ của Đức Phật hiểu rõ được Thế gian tất đàn và Ngài biết cần phải làm gì lúc này và ở đây; và lúc khác thì cần phải làm cái gì, nói cái gì cho ở đó. Khi trình độ của một người quá kém, thì mình cần phải nói cái gì cho họ, chứ không phải trình độ của một người quá kém, mà mình nói chuyện quá cao siêu với họ được. Vì vậy, quý anh chị em biết rằng, Đức Phật cấm đệ tử của ngài thuyết Pháp cho người đang đói. Đối với một người đang đói, thì trước hết mình phải cho họ ăn đã, chứ khi họ đang đói, mình thuyết Pháp thì họ làm sao mà nghe. Có đôi người không biết rằng, đối tượng nghe đang đói, mà cứ "đèo queo" thuyết pháp rằng: "quy y Phật, quy y Pháp, quy y Tăng đi, sẽ hết đói". Nói như vậy là không thực tế. Cho nên người ta đói, mình phải nấu cơm cho người ta ăn, hay quyên góp tiền cho người ta để người ta ăn, khi họ ăn no rồi, mình mới nói Pháp cho họ. Người ta đói, mình nói Pháp làm sao họ nghe. "Cha chết không bằng hết gạo". Cho nên, khi no rồi, người ta mới nghe được Phật Pháp, tiếp thu được Phật Pháp, hiểu được Phật Pháp, và ứng dụng Phật pháp vào trong đời sống, để rồi từ đó họ tự lực đứng dậy và có khả năng bước tới sự cao quý hơn. Trong cuộc đời hoằng pháp, Đức Phật ứng dụng được như vậy là do ngài đã thấy rõ thế nào là chân lý của cuộc sống, thế nào là nhân, thế nào là duyên, thế nào là quả của mỗi người, của mỗi cộng đồng, của mỗi thời đại, nên Ngài đã ứng dụng Thế gian tất đàn vào trong con đường hoằng Pháp của ngài.

Bây giờ các anh/chị/em cũng vậy, muốn phát triển cho được tổ chức gia đình phật tử để đóng góp vào sự nghiệp hoằng Pháp của Phật giáo trên toàn thế giới nói chung, thì các anh/chị/em phải nắm vững Thế gian tất đàn và ứng dụng triệt để nó, thì mình sẽ thành công, thành công rất nhiều mặt và có thể đóng góp được sự có mặt của mình vào nơi thế giới mình đang hiện hữu.

Chắc chắn, các anh/chị/em đã thấy đạo Phật là một tôn giáo rất là vui, đầy ý nghĩa, và đầy sinh lực, vì nó không phải chỉ có gắn liền với xã hội người sống mà còn gắn liền với xã hội người chết nữa. Cho nên, trong đạo Phật không phải chỉ có cầu an mà còn có cả cầu siêu nữa. Cầu an cho xã hội người sống và cầu siêu cho xã hội người chết. Những tín ngưỡng, những tình cảm của người sống nghĩ về người chết, đều là những liên hệ đến xã hội hết.

Nếu xã hội chỉ nghĩ đến người sống thôi, những tiện nghi cho người sống thôi, còn người chết thì mình không lo cho họ, không nghĩ tới họ thì tình cảm của mình bị khuyết tật rất nhiều. Vì vậy, đạo Phật có một cái nhìn toàn thể, mình phải hiểu xã hội là một xã hội toàn thể của con người, bao gồm cả sống và chết, cả sinh và diệt. Còn nếu mình chỉ hiểu xã hội là những sinh hoạt của người sống không thôi, thì cái hiểu đó không có gì gọi là chánh kiến hết mà là tà kiến, phiến diện. Do cái hiểu biết phiến diện, nên mình hành xử không dễ thương, được cái này mất cái kia. Một hành động được một phía, mất một phía, sao có thể gọi là chánh nghiệp được.

Cho nên, mình phải có cái nhìn rất là chi tiết, rất thấu đáo, rất tổng thể thì khi đó, mình mới đóng góp được cho việc xây dựng một xã hội theo tinh thần Phật giáo, và mình mới có thể đóng góp cho tổ chức và duy trì cho tổ chức của mình đi theo tinh thần ấy. Cho nên, các anh/chị/em cố gắng, tuy đang ở vị trí của Ban hướng dẫn điều hành cấp thế giới, cấp quốc gia, cấp châu lục, thì cũng phải thực tế và phải nỗ lực cố gắng xây dựng cơ sở hạ tầng của mình. Bởi vì cơ sở hạ tầng là nền tảng để tiến tới cho những cái rộng lớn một cách vững chãi. Những cơ sở hạ tầng bị hỏng, thì cơ sở rộng lớn khó có thể tồn tại một cách vững chãi được.

Các anh chị em đã từng đọc kinh Bách Dụ, đức Phật đã đưa ra một ví dụ rất cụ thể về vấn đề này: có một người ở nông thôn lên thành phố, thấy người ta xây nhà lầu hai, ba tầng, anh ta cũng thích, khi về nhà quê, anh ta mới kêu mấy người thợ xây tới và đề nghị xây cho anh một cái nhà ba tầng. Người thợ nói là không thể xây được, vì muốn xây tầng ba thì phải mở móng đã, phải xây tầng một cho vững chãi đã, rồi mới đến tầng hai và tầng ba. Anh nông dân nói là anh chỉ đủ tiền xây tầng ba thôi và anh chỉ thích làm tầng ba mà không cần phải làm tầng hai, tầng một. Người thợ xây đành chịu. Không một người thợ nào, dù được đào tạo ở các trường kỹ sư siêu hạng đến cỡ nào cũng chịu, không thể xây được ngôi nhà ba tầng mà không có tầng một và tầng hai. Ngôi nhà ấy, chỉ có thể vẽ được trên giấy, vẽ được trên những ý niệm vọng cầu mà không bao giờ có thể thiết lập được trên thực tế.

Cũng vậy, cơ sở hạ tầng của mình mà yếu, không đủ tầm cỡ thì mình xây dựng cái gì trên đó cũng dễ sụp đổ. Chắc chắn điều này các anh các chị cũng đã thấy rồi và trong chuyến về nước vừa rồi, anh Mai cũng đã thưa với Thầy rằng, sự liên kết giữa thế hệ trước và thế hệ sau có một khoảng trống, khoảng trống đó là do cơ sở hạ tầng của mình yếu, các đơn vị sở tại của mình yếu. Đây là điều mà các anh chị em phải lưu ý, muốn xây dựng xã hội, chúng ta phải đi từ cái cơ bản, chứ đừng có tiến nhanh, tiến mạnh. Tiến nhanh, tiến mạnh nguy hiểm lắm. Mình phải đi từ cái vững chãi, cụ thể và thực tế.

Một đơn vị có thực là khi các thành viên có thực. Do đó, các thành viên của gia đình phật tử phải có những nền tảng, mà như Thầy đã từng giảng, đó là "Em tưởng nhớ Phật; Em kính mến cha mẹ và thuận thảo với anh chị em; Em thương người và vật". Mình phải biến những chất liệu đó trở thành đời sống của mình, chứ không phải chỉ là những châm ngôn, những điều luật mà mỗi tuần mình tới đọc một lần là xong. Không phải như thế.

"Em tưởng nhớ Phật", đó là phương pháp hành trì mà mình phải thực tập để Phật luôn luôn có mặt ở trong mình. Ban đầu thì mình tưởng Phật ở bên ngoài. Sau đó, nhờ Phật ở bên ngoài mà mình thấy Phật ở trong lòng mình. Cho nên, mình phải biến chất liệu tưởng nhớ Phật đó, thành đời sống của mình; đi mình cũng nghĩ tới Phật, đứng cũng nghĩ tới Phật, nằm cũng nghĩ tới Phật, ngồi mình cũng nghĩ tới Phật, ăn cũng nghĩ tới Phật, uống cũng nghĩ tới Phật; làm việc mình cũng nghĩ tới Phật, mà ngay cả chơi, mình cũng nghĩ tới Phật. Khi mà tất cả những hành hoạt của mình đều nghĩ tới Phật, thì những cái xấu của tâm chúng sinh không có điều kiện, cơ hội để khởi lên trong hành động của mình. Và mỗi khi những cái xấu của chúng sinh không có điều kiện, cơ hội để khởi lên trong người mình, trong hành động của mình, thì những vi phạm về luật pháp, vi phạm về giới luật hoặc sống phóng túng, buông lung để tạo ra những rối rắm cho gia đình và xã hội là hoàn toàn không có. Đó mới là sự đóng góp cụ thể để xây dựng xã hội. Cho nên, Thầy mong rằng, tất cả các anh chị em phải có những giờ phút hướng dẫn cho các em ngồi yên để tưởng nhớ Phật. Tưởng nhớ Phật ở trong sự yên lắng và sâu sắc hơn.

Rồi "kính mến cha mẹ và thuận thảo với anh chị em", thì mình phải cụ thể như thế nào, chứ không phải chỉ nói suông. Các em đi học phải thưa cha mẹ mà đi; khi đi học về phải thưa cha mẹ con đã đi học về. Đi học hay đi làm bất cứ công việc gì, con cái phải đem hình ảnh của cha mẹ đi theo. Đem theo hình ảnh cha mẹ tất bật, vất vả để lo cho con cái ấy, thì con cái mới thấy được cái tất bật, cái khó khăn ấy của cha mẹ để mà thương, mà quý. Khi đi về, con cái cũng phải nhớ hình ảnh cao quý của cha mẹ mà đi về với cha mẹ. Và mình phải thấy rằng, trong đời sống không có tình cảm nào quý bằng tình cảm anh chị em với nhau trong huyết thống; không có tình cảm nào quý bằng tình cảm anh chị em cùng lý tưởng với nhau trong ngôi nhà tâm linh, để mà nuôi dưỡng cái tình cảm đó. Khi đã có tình cảm rồi, mình thuận thảo với nhau rất là dễ; chị ngã em nâng; anh hư thì em làm cho anh trở lại đàng hoàng, em hư thì anh phải tìm cách giúp em mình trở lại đàng hoàng, đàng hoàng trong gia đình huyết thống cũng như gia đình tâm linh. Đức Phật đã nói mình sống với nhau phải biết "ẩn ác dương thiện", nghĩa là những điều xấu của nhau, thì mình phải biết làm cho nó tiêu dần đi, hạn chế nó lại và những điều tốt của nhau, thì mình làm cho nó lớn dần lên, khuếch đại nó ra. Đó là một điều rất đẹp, tạo ra sự hóa giải về sự bất hòa. Còn nếu người ta chỉ xấu một chút, mà mình khuếch đại cái xấu ấy lên, trong khi người ta có rất nhiều cái đẹp, thì mình làm cho nó ẩn khuất đi, việc làm như vậy làm sao mà anh em dẫn đến thuận thảo với nhau được! Cả đời, người ta không ăn vụng, chỉ lỡ một lần đói bụng ăn vụng miếng đậu khuôn, mà mình cứ đem chuyện xấu đó nói hoài, bỏ qua hết tất cả những điều tốt của họ không nói. Cách sống với nhau như vậy, thì không thể nào đưa đến sự hòa thuận, thương yêu nhau được.

Vì vậy, người lãnh đạo phải là người có tâm lượng rộng lớn, bao dung, độ lượng; đối với bản thân thì luôn khắc kỷ, nghiêm túc; nhưng đối với người thì phải có tâm độ lượng hơn, bao dung hơn thì sẽ thành tựu. Trái lại, đối với người thì mình quá nghiêm khắc mà đối với mình thì quá buông lung; đối với người thì không chịu tha thứ mà lại rất dễ tha thứ cho bản thân, thì mình không thể trở thành một thành viên dễ thương ở trong một gia đình, để rồi trở thành một thành viên dễ thương, vững chãi ở ngoài xã hội được.

Cho nên, điều luật "kính mến cha mẹ và thuận thảo với anh chị em" cũng phải được hiểu cho sâu và thực tế, nhằm có thể áp dụng được, để tạo ra những con người dễ thương cho tổ chức gia đình phật tử, và những con người dễ thương đó sẽ liên kết lại với nhau để tạo ra một gia đình phật tử dễ thương, một tổ chức gia đình phật tử có thật. Có thật về thực chất, năng lực, có thật về phẩm tính. Và khi có quá nhiều phật tử dễ thương như vậy sẽ có tác dụng ảnh hưởng tốt tới xã hội và làm cho xã hội tốt đẹp.

Điều thứ ba: "em thương người và vật". Như Thầy đã nói, xã hội Phật giáo đâu chỉ có con người không, mà bao gồm cả muôn loài và muôn vật. Vật ở đây là những loài vật thấp kém hơn mình và ngay cả môi trường thiên nhiên.

Cho nên Thầy nghĩ, ba châm ngôn của gia đình phật tử hay chính xác là ba điều luật của ngành Oanh không thôi đã là tuyệt vời rồi. Nó có một cơ sở rất vững chãi. Muốn thương người và vật thì phải biết thiết lập tình thương đó trên nền tảng của Phật, của Pháp, của Tăng; phải biết thiết lập tình thương đó từ nơi gia đình của mình, phải thể hiện sự hiếu kính cha mẹ và thuận thảo với anh chị em ngay trong gia đình của mình. Phải có điểm cơ bản nầy, thì mình mới đi tới chuyện thương người và vật được, mới nói chuyện bảo vệ môi trường, môi sinh được; mới nói chuyện không khí bây giờ bị nhiễm ô và cần phải bảo vệ để cho nó đừng có bị ô nhiễm được. Còn nếu mình coi cha mình không ra gì, mẹ mình không ra gì, gây gổ với anh chị em trong gia đình, thì cơ sở đạo đức và hiểu biết nào để mình có thể nói tới chuyện bảo vệ môi trường, môi sinh, nói chuyện nhân loại, chúng sinh. Cho nên, chuyện mình thương chúng sinh có thể có được, thương mọi người có thể có được, có thể làm đẹp xã hội được, khi cơ sở mình đã có được.

Thực tập được chất liệu em tưởng nhớ Phật, em kính mến cha mẹ và thuận thảo với anh chị em, lúc đó em mới có thể thương người và vật. Khi mình nói thương người và vật, thì mình có cơ sở bảo chứng, như ngân hàng phát tiền tệ ra, nhưng phải có kim ngân bảo chứng, nếu không có vàng để bảo chứng, thì tiền tệ lưu hành bị lạm phát. Cũng vậy, mình nói quá nhiều về tốt đẹp, về đạo đức, nhưng không có gì để bảo chứng, thì lời nói của mình không có tác dụng gì mà trở thành ra nói láo, vô ích. Đức Phật đã nói rằng, "Như lai là gì? Như lai nghĩa là những gì Như lai nói, thì Như Lai đã làm; những gì Như Lai đã làm, thì Như Lai mới nói". Nhờ tính chất như thực đó, mà đạo Phật mới tồn tại. Đạo Phật tồn tại là nhờ tính chất như thật của nó.

Và Thầy nhắc lại, các anh chị em đừng có lo về sự suy đồi của đạo Phật, vì đạo Phật không bao giờ suy đồi, chân lý làm sao có chuyện suy đồi được. Suy đồi là do đức tin của người con Phật đối với Phật không đúng, tin sai, do tin sai nên người ta hiểu nhầm đó là đạo Phật, chứ chân lý thì không bao giờ có sinh có diệt, có thăng trầm. Chỉ có căn cơ con người, trình độ con người có thăng có trầm, có đúng có sai mà thôi.

Mình phải thực tập để có chất liệu Phật Pháp thực sự để ứng dụng được những gì đức Phật đã dạy, lúc đó mình nói thì người khác mới nghe. Chẳng hạn, Thầy nói các anh chị em đừng ăn thịt, cá, hãy ăn chay đi, mà Thầy lại ăn mặn, ăn thịt cá, thì làm sao Thầy nói chuyện ăn chay với các anh chị em có hiệu quả được. Hay bản thân Thầy lúc nào cũng hút thuốc, thì việc Thầy khuyên các anh chị em đừng hút thuốc trở nên vô ích, vì lời khuyên ấy chẳng ai nghe, thì nói làm gì. Cũng như có người nói rằng "xã hội đừng nên tham nhũng" nhưng bản thân người nói lại tham nhũng thì thà đừng nói còn hơn, cứ im lặng mà ăn thì người ta còn thông cảm, còn mình cứ nói giọng đạo đức, mà lại sống phi đạo đức, thì không ai tin, mà lại trở thành bị châm biếm và xã hội từ đó mà rối loạn.

Vậy nên, muốn nói về Tứ tất đàn có ý nghĩa, thì trước hết mình phải có đời sống trí tuệ và từ bi, phải thực tập lời Phật dạy một cách thực sự. Và Thầy xin nhắc lại là mình đừng quá lo về sự suy đồi của đạo Phật. Đạo Phật không có chuyện bị suy đồi. Chánh pháp không có chuyện bị suy đồi. Cái bị suy đồi thì không thể gọi là chánh. Suy đồi là do căn cơ, trình độ, nghiệp lực của chúng sinh thấp kém. Có nhiều người sợ đạo Phật suy đồi, nên cố gắng làm tôi mọi cho thế lực này, thế lực khác để mong đạo Phật được hưng vượng. Cơ sở đã sai, làm sao tồn tại được! Cho nên, Phật tử phải giữ khí tiết của mình.

Vì vậy, khi mình hiểu được Thế giới tất đàn, hiểu được Đệ nhất nghĩa tất đàn đi từ đâu, mình mới biết các bậc tiền bối trong gia đình phật tử có một tuệ giác tu học về Phật Pháp rất lớn, rất vững chãi; có một công trình tu luyện và thâm tín đối với Tam Bảo và yêu quý tổ chức của mình rất nhiều, mới rút ra được những cốt tủy để tạo nên những châm ngôn và điều luật cho gia đình phật tử như thế.

Châm ngôn có đó, điều luật có đó. Có những người thực hiện tốt, có những người thực hiện chưa tốt, có những người dường như không chịu thực hiện, nhưng vẫn nói mình là Phật tử. Nếu chúng ta là thuộc tổ chức gia đình phật tử, thì chúng ta phải hiểu cho rõ những thành phần như vậy, để có thể đưa họ đi về với ý nghĩa chính đáng.

3- Ứng dụng Tứ tất đàn vào ba điều luật:

Nhân đây, Thầy sẽ nói về mối liên hệ của ba điều luật ngành Oanh, liên hệ đến Tứ tất đàn.

Thứ nhất, *"em tưởng nhớ Phật"* là Đệ nhất nghĩa tất đàn, vì nó là thuộc về niềm tin. Hễ là người tin Phật thì sẽ nói Phật là "số một", điều đó không có gì ngạc nhiên cả. Tôi tin Phật thì Phật của tôi là số một. Chứ đừng vì ngôn ngữ xã giao, đi đến chỗ khác thì nói "chúa mới là số một, còn Phật của tôi là số hai" để có cơm áo, để được mời vào phòng ngồi, để xã giao với ngoại đạo là không đúng. Thế gian tất đàn như vậy là hỏng! Như vậy là đã đánh mất mục tiêu của mình. Cho nên một người tin Phật nói rằng "Phật của tôi là số một" thì không ai cho đó là nói ngoa hết. Nói như vậy là đúng, đúng với người tin Phật! Còn nếu tin Phật mà nói "Phật số hai, chúa số một" thì người ta sẽ cho là mình nói xạo. Không ai tin Phật mà cho Phật là số hai. Nếu Phật là số hai thì tin làm gì, sao không đi tin chúa! Cho nên, em tin Phật thì Phật của em là số một! Đó là Đệ nhất nghĩa tất đàn về niềm tin.

Và trong Đệ nhất nghĩa tất đàn này có cả ba tất đàn còn lại để yểm trợ cho nó. Nên, em tin Phật, em tưởng nhớ Phật là Đệ nhất nghĩa tất đàn. Biết như vậy thì mình phải làm gì? Mình phải dùng Đối trị tất đàn để đưa em đó đi về với niềm tin Phật, với "tưởng nhớ Phật". Mình phải ứng dụng Vị nhân tất đàn để biết được cá tính của mỗi người nhằm đưa em đó đi về với niềm tin "Phật là số một". Nếu em nghĩ rằng khoa học là số một mà Phật không phải là số một, thì mình phải sử dụng Các các vị nhân tất đàn để làm cho em thấy khoa học chưa phải là số một. Ví dụ, vào thế kỷ 18 khoa học mới phát minh ra kính hiển vi, mới có khái niệm về vi trùng học, thế mà 26 thế kỷ trước, đức Phật đã nói trong ly nước có vô số vi trùng. Khoa học chỉ là kiểm chứng lại những gì đức Phật đã nói, nên trí thức của khoa học không thể sánh bằng với tuệ giác giác ngộ mà đức Phật đã chứng nghiệm được. Và các nhà khoa học chỉ thấy được vi trùng thông qua các dụng cụ thí nghiệm mà không phải bằng mắt thường, trong lúc đó, Phật không cần dùng bất cứ một thí cụ khoa học nào cả, Ngài nói bằng tuệ giác, bằng sự chứng ngộ trực tiếp. Nên trí thức khoa học không thể so sánh với Phật được. Mình phải chứng minh cho rõ điều đó. Việc chứng minh như vậy là Vị nhân tất đàn, để đưa họ đi về với Đệ nhất nghĩa tất đàn: là niềm tin Phật. Và để chứng minh được, mình phải biết sử dụng ngôn ngữ khoa học, biết diễn tả các dụng cụ khoa học, biết ứng dụng kiến thức khoa học. Ngôn ngữ khoa học phải là ngôn ngữ cụ thể, có chứng minh hẳn hoi, chứ không phải là ngôn ngữ của thi ca hay triết học. Mình phải biết rõ và ứng dụng Thế gian tất đàn vào điều đó, để đưa điều đó đến Đệ nhất nghĩa tất đàn.

Đối trị tất đàn cũng vậy. Nếu người ta không có niềm tin đối với Phật mà chỉ có niềm tin đối với khoa học, thì trước hết mình thuận theo họ, mình nói về niềm tin khoa học, rồi sau đó chuyển niềm tin khoa học nơi đối tượng cần giáo hóa đó đi về với niềm tin của Phật. Bởi vì niềm tin khoa học, dù là giỏi đến mấy, cũng vẫn còn nằm trong dục giới, sắc giới, vô sắc giới mà thôi, chưa thoát ra được ba cõi ấy, chỉ có niềm tin Phật mới thoát ra được luân hồi sinh tử, thoát ra khỏi sinh-già-bệnh-chết. Một nhà khoa học dù tài giỏi đến mấy cũng không thể thoát khỏi cái bị sinh, bị già, bị bệnh, bị chết. Mình phải chứng minh như vậy, để đưa người có niềm tin khoa học đi tới với niềm tin Phật một cách rốt ráo.

Điều luật thứ hai là *"em kính mến cha mẹ và thuận thảo với anh chị em"*. Đây là căn bản và mục đích đạo đức con người ở mặt huyết thống. Từ căn bản đạo đức huyết thống đó mà liên kết với nhau, tiến tới hình thành đạo đức xã hội. Tôn giáo cũng thiết lập trên nền tảng đạo đức này. Không có tôn giáo nào trên thế giới khuyến khích con cái hỗn xược và bất hiếu với cha mẹ. Cũng không có tôn giáo nào kích động anh em trong nhà gây chiến và bất hòa với nhau. Nếu người nào bất hiếu với cha mẹ, bất hòa với anh chị em, người đó sẽ không có mặt ở nơi cảnh giới mà các tôn giáo đề cao. Vì vậy, như ngài Long Thọ nói, trong mỗi tất đàn đều có đầy đủ cả ba tất đàn kia, nên ta biết rằng: trong điều luật "em kính mến cha mẹ và thuận thảo với anh chị em" của GĐPT, cũng có đầy đủ cả Tứ tất đàn.

Mục đích là mình muốn dạy cho các em về đạo đức huyết thống, thì mình phải đề cao sự kính mến cha mẹ và thuận thảo với anh chị em. Đề cao như vậy, được xem như là Đệ nhất nghĩa tất đàn. Rồi mình phải làm như thế nào để các em kính mến cha mẹ? Ví dụ mình nói rằng: "công cha như núi Thái Sơn, nghĩa mẹ như nước trong nguồn chảy ra". Cách nói ấy là Vị nhân tất đàn hay là Đối trị tất đàn, hay Thế gian tất đàn để đưa các em đi đến mục tiêu là kính mến cha mẹ, thuận thảo với anh chị em. Và mục đích của sự kính mến, thuận thảo này là gì? Là tạo ra được sự bình ổn của đạo đức gia đình và sự bình ổn của đạo đức xã hội. Nhưng, tạo ra sự bình ổn đạo đức gia đình và xã hội để làm gì? Để từ nơi đó mà thực hành chánh nghiệp, để đi tới với Phật đạo.

Do vậy, từ nơi châm ngôn "em kính mến cha mẹ và thuận thảo với anh chị em" vẫn có Đệ nhất nghĩa tất đàn, tùy theo mức độ hướng dẫn mà mình nâng nó lên.

Thứ ba là *"em thương người và vật"*. Đệ nhất nghĩa tất đàn ở đây là các vị Bồ Tát luôn luôn rải lòng từ bi, thương người, thương vật, thương hết thảy chúng sinh. Như Thầy đã nói, xã hội Phật giáo bao trùm hết thảy lục đạo chúng sinh; bao gồm dục giới, sắc giới và vô sắc giới, chứ không phải chỉ bao gồm ở nơi xã hội loài người nhỏ bé này. Nếu chỉ nhìn vào xã hội nhỏ bé này để hướng đến giải quyết các vấn đề xã hội, thì không bao giờ giải quyết thành công được. Vì thế, muốn giải quyết các vấn đề của xã hội con người, ta phải tiến tới để có một cái nhìn phi xã hội con người. Khi đã hiểu rõ những cái phi xã hội con người, thì ta mới có thể hiểu được xã hội con người. Phải hiểu như thế thì mới có thể thương người và thương vật được.

Khi một người đã thương người rồi, thương vật rồi, thì lẽ đương nhiên họ có thể tiến tới thương các bậc thánh, thương Phật và kính trọng Phật, đặt đức tin vào nơi đức Phật. Thương vật, nghĩa là thương những loài vật có phước báo kém hơn loài người. Vì sao mà thấp kém? Vì do nhân, duyên, quả của nó thấp kém, nên phải chịu nghiệp báo thấp kém như vậy. Do đó, mình thương nó, chăm sóc nó và tạo cơ hội cho nó có điều kiện để tiến lên. Đó là tinh thần của Bồ Tát, mà các bậc tiền bối của chúng ta đã đưa vào trong châm ngôn thứ ba này một cách rất nhẹ nhàng, lại rất sâu thẳm, nhưng vô cùng thực tế.

Khi một em oanh vũ không bẻ cành hoa, ép vào trong sách của mình để làm của riêng, thì em đó đã biết bảo vệ loài vật rồi, đã biết thương người thương vật rồi. Bởi vì vườn hoa là của chung, mình không thể đi tới chậu hoa hay vườn hoa để ngắt hoa ép vào vở của mình, làm như vậy là mình không thương vật, cũng không thương người, vì người trồng hoa rất vất vả, người bảo vệ hoa cũng rất vất vả, mà hoa cũng rất vất vả để có thể lớn lên và trổ hoa, mình ngắt hoa ép vào vở, chứng tỏ là mình đã không thực tập điều thứ ba này một cách thấu đáo, một cách thực tế, một cách sâu sắc, một cách toàn diện. Và các em thực tập, phát huy được điều này, thì các em không bao giờ đi bắt chuồn chuồn, ngắt cánh rồi thả cho chuồn chuồn bay. Chuồn chuồn bị ngắt cánh làm sao mà bay! Do đó, từ thương một con vật nhỏ, một đóa hoa nhỏ như thế mà tâm từ bi của mình lớn lên. Khi tâm từ bi lớn lên thì mình sẽ không giết hại ai. Loài vật mà mình còn thương, còn bảo vệ; một đóa hoa rừng, mình cũng không làm thương tổn, thì làm sao mình có thể làm thương tổn con người. Con người mình còn không làm thương tổn, thì làm gì có chuyện mình làm thương tổn cha mẹ, thầy bạn, anh chị em của mình! Khi mình không làm thương tổn ai, chính là mình đã có ý thức bảo vệ sự sống, đã thực tập một cách viên mãn giới không sát sanh của người Phật tử.

Và khi đã thương rồi, mình sẽ bảo vệ, chứ không ăn trộm của người ta. Thấy của rơi, nhặt được, mình đem trả lại. Cho nên, một người đã thực sự thương, có chất liệu của trí tuệ, của từ bi, người đó không bao giờ đi ăn trộm của ai.

Rồi mình thương mọi người, thương mọi loài, mình sẽ không nỡ làm tổn hại đức hạnh của họ, đâu nỡ làm tổn hại tiết hạnh của người ta. Mấy anh chị em mà thương quý nhau, tôn trọng nhau thì không bao giờ có chuyện lăng nhăng với nhau để tình cảm trở nên thấp kém, mù lòa, hư hỏng dẫn đến những hành động tệ hại gây tan rã hạnh phúc gia đình người khác và làm tan nát nhân cách của chính mình. Từ đó mà giữ được giới không tà hạnh.

Khi mình đã thực tập và biết thương người và vật, mình sẽ không nói láo. Mình ghét người ta thì mới nói láo với họ cho bỏ ghét, chẳng hạn, có người hỏi "nhà bác A ở đâu", mình biết, nhưng vì ghét, nên mình nói nhà bác A không có ở đây, để họ đi tìm loanh quanh cho bỏ ghét. Vì do ghét, do thù hận mà nói láo, do vô minh mà nói láo, do tham dục mà nói láo; chứ còn do tình thương chân thật, thì không đời nào mình nói láo hết, mà trái lại, khi người ta hỏi, mình còn bày vẽ cặn kẽ nữa.

Khi "đã thương người và vật", mình sẽ không uống rượu say. Vì sao? Nhìn vào ly rượu, mình thấy có biết bao nhiêu lúa gạo, bao nhiêu bông hoa, bao nhiêu nho, bao nhiêu thảo dược... đã bị nghiền nát thành rượu để mình uống, bao nhiêu công nhân đã lao tác để tạo nên chén rượu cho mình uống. Vì thế, nhìn vào ly rượu, mình thương bao nhiêu người đang đói nghèo cần đến những thứ tạo nên rượu đó. Nếu mình nhìn ly rượu mà không thấy được những thứ đã tạo nên ly rượu thì không đời nào mình thương người và vật một cách có ý nghĩa. Do thấy được như thế, nên mình giữ được giới không uống rượu một cách thoải mái.

Mình giữ giới được là nhờ mình có cái nhìn sâu, nhờ có trí tuệ, nhờ có tình thương. Còn nếu thiếu trí tuệ, thiếu tình thương, thiếu sự thiền quán sâu sắc, thì chuyện giữ giới là khó. Khi một người không giữ giới sát sanh, không giữ giới trộm cắp, không giữ giới nói láo, không giữ giới tà dâm, không giữ giới uống rượu, thì làm sao người đó có thể đóng góp sự có mặt của mình cho sự xây dựng một xã hội tốt đẹp được, và làm sao đem lại hạnh phúc cho gia đình, cho xã hội được.

Vì lẽ đó, muốn xây dựng được một xã hội tốt đẹp, mình phải hiểu Tứ tất đàn và ứng dụng Tứ tất đàn đó vào trong mọi lãnh vực sinh hoạt của xã hội.

Như vậy là Thầy đã trình bày xong phần "ứng dụng Tứ tất đàn vào sinh hoạt xã hội và chuyển hóa xã hội theo tinh thần Phật giáo".

Tứ tất đàn liên hệ đến Tứ diệu đế

Bây giờ mình qua phần Tứ tất đàn liên hệ đến Tứ diệu đế. Một điều mà tất cả những người học Phật đều thắc mắc là tại sao, sau khi đức Phật thành đạo, Ngài đi tới vườn Nai không nói cái gì khác, mà lại nói về Tứ diệu đế, và Ngài nói điều thứ nhất "đây là khổ". Đức Phật nói "đây là khổ" là vì Ngài muốn đệ tử của mình đối diện với cái khổ, đối diện với sự khổ đau, là một sự thật của con người, dù con người có trốn chạy nó đi nữa, thì đó vẫn là một sự thật hiển nhiên, có nhắm mắt thì cũng không thoát khỏi. Vì vậy mà cần phải mở mắt thật to mà nhìn vào sự thật của khổ đó, để chấp nhận và chuyển hóa. Cho nên, đầu tiên, đức Phật nói "đây là khổ", đó là Ngài nói về khổ đế, tức là sự thật của khổ. Sự thật ấy là gì? Đó là khổ khổ, nghĩa là từ nơi khổ nhân này mà sinh ra quả khổ, rồi từ quả khổ mà huân tập thành nhân, từ nhân mà thành quả,... cứ như thế mà từ cái khổ này tới cái khổ khác. Từ nơi cái bị tái sinh mà sinh ra cái bị già, bị bệnh, bị chết; rồi từ nơi cái bị chết mà dẫn đến cái bị tái sinh; từ cái bị tái sinh, sinh ra cái bị già; từ cái bị già, sinh ra cái bị bệnh ; từ cái bị bệnh, sinh ra cái bị chết; từ cái bị chết, sinh ra cái bị tái sinh,... cứ như vậy, mà từ cái khổ này đến cái khổ khác, nên gọi là khổ khổ. Và khổ như thế là một sự thật của thế gian, nên gọi là Thế giới tất đàn. Nếu mình nói thế gian vui, thế gian thường tại là sai với thế gian, vì trong thế gian không có cái gì vui mà không khổ, và không có cái gì là thường tại hết. Thế gian là của nhân và quả, của nhân và duyên. Mà nhân đã ác thì quả phải khổ, và nhân mà sinh ra quả được là nhờ duyên tác động. Vì vậy, nhân quả là vô thường. Nói tóm tắt thế gian là vô thường. Nói như vậy có nghĩa là nói về khổ đế. Cho nên vô thường nằm trong khổ đế.

Thế gian là vô ngã, nghĩa là không do một chủ thể nào tạo nên thế gian hết mà do nhân duyên, nhân quả tạo ra thế gian. Vì vậy, vô ngã nằm ở trong Thế gian tất đàn, nằm ở nơi khổ đế.

Vì nhân duyên sinh khởi nên bản thể của nó là "không", không có tự tính. Nên "không" cũng nằm nơi khổ đế.

Thấy rõ khổ đế qua bốn mặt khổ, không, vô thường, vô ngã, đó là cái thấy về Thế gian tất đàn.

Sau khi đức Phật nói "đây là khổ", Ngài nói "đây là Tập". Tập có nghĩa là tập khởi, tức là sự tích lũy và biểu hiện. Tập đế là sự thật về tập khởi. Khổ là do gì? Do tích lũy các hạt giống tham, sân, si, kiêu mạn, nghi ngờ, tà kiến huân tập thành chủng tử, khi có duyên tác động thì khởi hiện, dẫn sinh khổ quả. Cho nên tập đế là nhân, khổ đế là quả. Mỗi người, mỗi loài đều có tham, sân, si khác nhau là do điều kiện khác nhau, xã hội khác nhau, học tập khác nhau, nghiệp báo khác nhau,... cho nên ai cũng tham, nhưng không có cái tham nào giống cái tham nào. Cái tham của kẻ đói là được ăn, còn cái tham của người có học là được danh thơm tiếng tốt, quyền lực; cái tham của người buôn bán là được lãi suất nhiều. Con cọp dữ tham ăn, đói thì nó đi tìm, gặp bất cứ mồi nào cũng ăn hết, nhưng khi ăn no thì nó nằm. Còn cái tham của con người là cái tham vô độ, bởi vì cái tham có ý thức, cho nên ăn no rồi, mà vẫn đi tìm đủ thứ, no rồi thì phải ăn ngon, đã ngon rồi thì khai thác các món ăn để hưởng thụ cảm thọ. Do đó, cái tham của con người là tùy theo mức độ hoạt động của ý thức. Một người có học, đỗ đạt rồi, ra làm quan, làm được trưởng phòng rồi, thì muốn làm giám đốc; được giám đốc rồi thì thích làm thứ trưởng; được thứ trưởng thì muốn làm bộ trưởng; được bộ trưởng thì muốn làm thủ tướng; được thủ tướng thì muốn làm tổng thống; đã được làm tổng thống của một quốc gia thì lại ưa điều khiển toàn vùng, rồi cả toàn thế giới; và khi đã điều khiển được cả thế giới rồi, lại cũng thấy chán, nên ưa làm thượng đế để sinh ra muôn loài. Bởi thế, cái tham của con người là vô hạn.

Ứng dụng Tứ tất đàn phù hợp là phải biết cái tham của con người, cái tham của chúng sinh trong từng không gian, từng thời đại của từng xã hội để ứng dụng. Đó gọi là Vị nhân tất đàn ở trong Tập đế.

Thứ ba là Diệt đế. Diệt đế là chân lý có nội dung vắng mặt của khổ và tập, nghĩa là vắng mặt nhân quả thế gian. Vì vậy, Diệt đế được gọi là hạnh phúc, an lạc, Niết-bàn. Các anh/chị/em nên nhớ rằng, Niết-bàn ở đây nghĩa là trạng thái tâm thức vắng mặt khổ và tập. Cho nên mình tu tập mà vắng mặt Tập đế bao nhiêu thì mình thành tựu được Diệt đế bấy nhiêu; Tập đế trong mình vắng mặt bao nhiêu thì Khổ đế trong mình giảm thiểu bấy nhiêu và mình thành tựu được Diệt đế bấy nhiêu. Vì vậy, Diệt đế thuộc về Đệ nhất nghĩa tất đàn.

Thứ tư là Đạo đế, đó là sự thật về con đường giải thoát khỏi Tập đế và Khổ đế; là con đường giúp mình chuyển hóa Tập đế, đế làm thay đổi Khổ đế. Cho nên, Đạo đế thuộc về Đối trị tất đàn.

Đạo đế nhắm tới trị liệu Tập đế, chuyển hóa Tập đế. Khi Tập đế được chuyển hóa thì Khổ đế tự thay đổi, chứ mình không cần để ý nơi Khổ đế làm gì, cũng không cần nghĩ tới Niết-bàn làm gì. Mình chỉ cần thực tập Đạo đế, thì Niết-bàn tự có và Khổ đế tự động rơi rụng. Có nhiều người đi tìm hạnh phúc, thích tới Niết-bàn, cực lạc, nhưng không thực tập Đạo đế, thì cái thích đó chỉ là mơ hồ, là ước muốn viễn vông, không thực tế. Nên, Diệt đế có mặt ngay trong Đạo đế, và Khổ đế được thay đổi ngay ở nơi Đạo đế, Tập đế được thay đổi ngay ở nơi Đạo đế; sinh tử, khổ đau được thay đổi và chuyển hóa ngay nơi Đạo đế. Do đó, Đạo đế được xem như là Đối trị tất đàn: đối trị với khổ đau, đối trị với sinh tử, đối trị phiền não.

Khi chúng ta hiểu được Tứ thánh đế qua cái nhìn của Tứ tất đàn, thì chúng ta mới tự mình tu tập cho có kết quả và mới có thể hoằng pháp lợi sinh ở mặt giác tha có kết quả.

Sự liên hệ giữa Tứ tất đàn với Tứ hoằng thệ nguyện

Tiếp theo Thầy sẽ nói về sự liên hệ giữa Tứ tất đàn với Tứ hoằng thệ nguyện.

Thệ nguyện thứ nhất là *"chúng sanh vô biên thệ nguyện độ"*. Rõ ràng, mình tu tập không phải chỉ cho bản thân mình. Mình giữ giới là giữ giới cho chúng sinh, là để làm đẹp cho cuộc đời, nếu mình giữ giới chỉ để làm đẹp cho mình, chỉ để mình đàng hoàng thôi thì chưa đủ. Mình đàng hoàng là để hiến tặng cái đàng hoàng đó cho mọi người. Các anh/chị/em ăn chay là ăn chay cho chúng sinh, ăn chay cho mọi người, ăn chay để mình có sự điềm đạm, để mình có sự từ bi, để mình có tình thương rộng lớn. Khi mình có sự điềm đạm thì mình không hành xử một cách nóng nảy, vụt chạc; mình có tình thương rộng lớn, thì mình không có hận thù với ai. Cho nên, mình tu tập, giữ giới là vì chúng sinh mà giữ, vì mình thương chúng sinh mà tu, thương chúng sinh mà học. Các anh/chị/em, vì thương đời mà làm gia đình phật tử, thương đời cho nên giờ này mà có đôi người đang bán cơm chay để yểm trợ cho Phật Ngọc tới Hoa Kỳ, quý vị vì thương chúng sinh, thương đời, muốn cho ai cũng được thấy, được chiêm ngưỡng Phật ngọc, từ đó mà họ phát sinh niềm tin đối với Phật Pháp Tăng, mà tu tập để bản thân họ bớt khổ và cuộc đời cũng bớt khổ ra, nếu mình không thương đời, không thương mọi người, thì mình không mắc chi làm mấy chuyện đó cho mệt. Nhưng, mình làm như vậy, là vì mình thương chúng sanh, mình muốn ai cũng thấy được Phật và chiêm ngưỡng được từ dung của Ngài, để cho họ tăng trưởng niềm tin Tam bảo, và từ đó khiến cho họ có phước đức. Việc làm ấy, đi từ nguyện *chúng sinh vô biên thệ nguyện độ*, và nguyện ấy liên hệ đến Thế giới tất đàn.

Nhưng độ chúng sinh không phải dễ đâu! Kinh Địa Tạng nói rằng, chúng sinh rất can cường, nan điều nan phục. Cái tham, sân, si, kiêu mạn ở nơi chúng sinh rất là can cường, rất khó điều phục. Cho nên muốn độ chúng sinh, mình phải lập hạnh, lập nguyện. Mà muốn lập hạnh, lập nguyện thì mình phải hiểu thế gian, phải hiểu chúng sinh, vì chúng sinh là thế gian. Phải hiểu thế gian thế nào rồi, mình mới thõng tay vào chợ để giúp đời. Cho nên, chúng sinh vô biên thệ nguyện độ, liên hệ chặt chẽ đến Thế giới tất đàn. Thành tựu về mặt thế gian là thành tựu về mặt nhìn nhận chúng sinh và giáo hóa chúng sinh để đưa chúng sinh từ chỗ chúng sinh trở thành phi chúng sinh, trở thành bậc thánh, trở thành bậc giác ngộ.

Thứ hai là "phiền não vô tận thệ nguyện đoạn". Đây là liên hệ đến Vị nhân tất đàn. Mỗi người có một nỗi buồn riêng, một ưu tư riêng, một khắc khoải riêng, một tâm trạng riêng, một hoàn cảnh riêng, không có chúng sinh nào giống chúng sinh nào. Ai cũng có mắt, tai, mũi, lưỡi, thân và ý, nhưng không có người nào giống người nào hết, thậm chí có cùng huyết thống hay thậm chí là sinh đôi cũng không giống nhau. Vì vậy, đức Phật nói "nhất thế chúng sinh tâm tưởng dị cố, tạo nghiệp diệc dị", nghĩa là vì hết thảy chúng sinh có hình tướng khác nhau là do tưởng khác nhau, do tâm ý khác nhau, tạo nghiệp khác nhau, nên đi đến quả báo mắt, tai, mũi, lưỡi, thân và ý khác nhau. Khác nhau như vậy đi từ nơi sự phiền não. Do đó, một vị đi vào đời giáo hóa, thì phải biết phiền não ở nơi tâm chúng sinh rất nhiều loại khác nhau, sai biệt nhau để mà giúp họ. Cái biết như vậy, gọi là Vị nhân tất đàn, tức là thành tựu về mỗi con người. Khi biết được như vậy, mình có thể giúp họ chuyển hóa phiền não nơi tâm.

Quý vị biết, tứ sanh bao gồm noãn sanh (là những loài sinh ra từ trứng như gà, vịt), thai sinh (là loài sinh ra từ bào thai như người, trâu, bò...), hóa sanh (là loài sinh ra từ sự biến hóa như chư thiên sắc giới, vô sắc giới, vì họ không còn dục nhiễm, thấp sanh (loài sinh ra từ sự ẩm ướt). Các loài chúng sinh như vậy có gốc rễ từ các loại phiền não khác nhau mà sinh ra. Do tính tham dục nơi mỗi loài, tùy theo mức độ sâu cạn, mãnh liệt, yếu ớt mà sinh ra những loài như thế. Nói cách khác là từ các phiền não sai biệt mà sinh ra các loại chúng sinh có hình thức khác nhau. Phải hiểu được như vậy mới giáo hóa được, mới giúp chúng sinh đoạn trừ được phiền não ở nơi họ. Cái đó gọi là Vị nhân tất đàn.

Thứ ba là "Pháp môn vô lượng thể nguyện học". Đây là Đối trị tất đàn.

Người tu, nhất là người thực tập hành Bồ tát đạo phải tu học hết thảy các pháp môn. Kinh Kim Cang đã dạy "nhất thế pháp giai thị Phật Pháp"- tất cả pháp đều là Pháp giác ngộ, tất cả các pháp đều là đối tượng để mình thâm nhập và thấy được chân như của vạn hữu. Cho nên, pháp nào mình cũng cần phải học, cần phải chiêm nghiệm, để thấy mỗi pháp có một tự tính riêng, có nhân duyên quả báo, thể tánh nghiệp dụng riêng. Người tu hành Bồ tát đạo thì Thiền cũng học, Tịnh cũng học, Mật cũng học, Hiển giáo cũng học, Kim cang thừa,... gì cũng học hết. Học hết để có đầy đủ phương tiện, pháp môn mà giáo hóa chúng sinh. Bởi vì chúng sinh này đến với mình có nhu cầu tu học mặt này, chúng sinh khác lại có nhu cầu tu học mặt kia, thì mình phải có đủ khả năng để giúp cho họ. Thậm chí ngay cả những việc như toán học, lịch số, thiên văn, địa lý... , người hành Bồ tát đạo cũng phải thông hiểu. Đối với Thanh văn đạo thì đức Phật cấm, nhưng đối với Bồ tát đạo thì đức Phật lại khai, đó là vì lợi ích chúng sinh. Nói rõ như vậy để giải đáp thắc mắc của những vị hỏi rằng, sao trong Kinh Di Giáo, đức Phật cấm chuyện thiên văn dịch số, mà bây giờ Thầy Thái Hòa lại nói chuyện đó cũng cần phải học. Chuyện thiên văn địa lý, dịch số, toán số, bói quẻ không phù hợp đối với đời sống của một vị Thanh văn, vì sợ những cái đó dẫn sinh ra lợi nhuận, mà có lợi nhuận thì tâm tham nhiễm, mà tâm tham nhiễm thì phế bỏ đạo nghiệp. Nên đối với hàng Thanh văn, đức Phật cấm những chuyện đó. Nhưng đối với Bồ tát, tức là Thanh văn hạnh đã hoàn chỉnh, đang hướng đến Đại thừa, nên có thể học hết tất cả các Pháp môn để giáo hóa chúng sinh. Học là để giáo hóa chúng sinh, chứ Bồ tát không phải học để mà tu, vì Bồ tát đã có Pháp môn nhất định để tu rồi. Bồ tát học vô lượng Pháp môn để đối trị với những ước vọng, những nhu cầu mà chúng sinh cần ở nơi Bồ tát. Đáp ứng như vậy để làm gì? Để đưa họ về với Đệ nhất nghĩa tất đàn, tức là Đệ nhất nghĩa đế, chân lý rốt ráo, chân lý tối hậu, là Phật đạo.

Thứ tư là "Phật đạo vô thượng thệ nguyện thành". Đại nguyện này chính là Đệ nhất nghĩa tất đàn.

Các anh/chị/em thấy rằng, chúng sinh vô biên thệ nguyện độ. Mình độ vô biên chúng sinh, đưa họ đi về đâu? Đưa họ đi về với Phật đạo vô thượng.

Phiền não vô tận thệ nguyện đoạn. Phiền não đoạn rồi, thì cái gì sinh ra? Đoạn trừ phiền não rồi, thì Phật đạo vô thượng sinh ra. Cho nên, đoạn phiền não cho chúng sinh và đoạn phiền não cho chính mình là Phật đạo vô thượng sinh ra nơi chính mình và nơi chúng sinh. Đó là đưa Vị nhân tất đàn đi về với Đệ nhất nghĩa tất đàn.

Pháp môn vô lượng thệ nguyện học. Mình học hỏi vô lượng Pháp môn để làm gì? Để đối trị với phiền não của chúng sinh, để đối trị với tất cả các căn cơ chúng sinh và đưa họ đi về với Phật đạo vô thượng, tức là sử dụng Đối trị tất đàn để đưa họ về với Đệ nhất nghĩa tất đàn. Như vậy là mình đã ứng dụng Tứ tất đàn vào xã hội một cách toàn diện và một cách chi tiết qua Tứ tất đàn và Tứ hoằng thệ nguyện.

Cho nên, khi mình thệ nguyện độ chúng sinh, nghĩa là ngay giữa biển khổ mà mình phát khởi đại nguyện, chứ không phải mình từ ngoài biển khổ mà đi vào. Ngay ở nơi phiền não mà mình phát khởi đại nguyện đoạn trừ phiền não. Ngay ở nơi vô lượng Pháp môn mà mình phát khởi tâm học hỏi để thành tựu. Và ngay nơi mình đang sống mà buông bỏ mọi phiền não mà thành tựu Phật tính.

Đó là mối liên hệ của Tứ tất đàn đến bốn hoằng thệ nguyện. Và bốn hoằng thệ nguyện thì đương nhiên là liên hệ đến xã hội - tức là lục đạo chúng sinh, là cả ba cõi dục giới, sắc giới, vô sắc giới dưới cái nhìn của đạo Phật - rất nhiều. Đừng đem xã hội chủ nghĩa, xã hội tư bản mà so sánh với xã hội Phật giáo rộng lớn. So sánh như vậy rất là sai lầm. Nhiều Phật tử học chưa đến nơi đến chốn, thích đem cái này so sánh với cái kia. So sánh như vậy là sai, vì nó không đúng với nguyên tắc so sánh. Bài chú Bát nhã có nói "vô đẳng đẳng chú", nghĩa là thần chú không còn có sự so sánh. Tuệ giác của Phật, từ bi của Phật thì không còn có ai ở trong thế gian này có thể ngang bằng để mà so sánh. Cho nên, đừng đem đạo Phật so sánh với khoa học, so sánh với xã hội hiện đại Tây phương, với triết học của Kant... Đó là những cái làm tào lao, cái làm không hiểu gì Phật Pháp, tưởng rằng mình trí thức nhưng đó lại là trí ngu.

Bây giờ mình nói đến phần kết luận. Và Thầy để các anh/chị/em tự làm phần này vì Thầy kết luận thì hỏng. Các anh/chị/em sau khi đã học với Thầy rồi, thì tự kết luận lấy.

Hỏi và trả lời

Hỏi:
Làm thế nào để giáo dục thành công theo Tứ tất đàn?

Trả lời:
Thầy trình bày chỉ mang tính phổ quát. Từ cái phổ quát đó, các anh/chị/em sau khi học sẽ vận dụng vào đời sống thực tế, tùy thuộc trách nhiệm của mình đối với tổ chức, với xã hội, với gia đình huyết thống.

Ví dụ, đối với Thế gian tất đàn. Mình biết rằng, trẻ em thì ham chơi, đó là sự thực. Mình phải biết được như vậy thì mới giúp được nó. Nếu không biết sự thực đó, mình sẽ dễ nổi giận, sẽ có những cử chỉ không tao nhã với nó, không thông cảm với nó thì sẽ khó để giáo dục nó thành công.

Từ bản thân, đến tổ chức, đến gia đình huyết thống cũng như vậy. Muốn giáo dục con mình, em mình, trước hết phải biết được tập khí của nó, biết tính cách, bản chất của nó. Cái biết đó là cần thiết.

Hoặc mở rộng ra, sống trong xã hội, muốn thay đổi xã hội, mình phải biết xã hội đó như thế nào. Đó là cái biết thuộc về Thế gian tất đàn. Biết như vậy, và tùy theo hoàn cảnh thực tế để có được các phương pháp như Vị nhân tất đàn, Đối trị tất đàn và đưa đối tượng về với mục đích mà mình muốn giáo dục, muốn uốn nắn.

Hỏi:

Mình đã hiểu Tứ Tất Đàn, mình cũng hiểu những tính chất của xã hội. Làm sao để áp dụng Tứ tất đàn vào xã hội Hoa Kỳ được, thưa Thầy?

Trả lời:

Mình có thể ứng dụng Tứ tất đàn vào việc hàn gắn lại những gì đã rạn nứt, phân hóa trong GĐPT tại Hoa Kỳ cũng như tại Việt Nam. Trước hết, mình phải đặt ra câu hỏi "tại sao nó phân hóa", và mình biết rằng phân hóa là chuyện tất yếu, không có tổ chức nào mà không phân hóa, ngay trong sự tu học của Tăng đoàn thời đức Phật cũng đã từng phân hóa và ngay trong tổ chức xã hội chính trị, các đoàn thể xã hội cũng đã từng phân hóa, hiện tại đang phân hóa và trong tương lai cũng sẽ phân hóa. Đó là điều tất yếu. Nhưng tất yếu đó do đâu? Mình phải thấy rõ đó là do chấp ngã của mỗi người, do chấp kiến của mỗi người. Người ta không chống đạo Phật, người ta không chống đức Phật, nhưng anh em chống nhau, các thầy chống các thầy, Phật tử chống các thầy, các thầy chống Phật tử, Phật tử chống Phật tử, từ đó mà tạo ra phân hóa. Sự phân hóa đó là tất yếu, vì thế gian này ai cũng chấp ngã cả; ở đời thì chấp ngã theo kiểu đời; ở đạo thì chấp ngã theo kiểu đạo.

Như vậy, để giải quyết được vấn đề này, chúng ta phải biết rằng thế gian như vậy là như vậy. Nhưng qua Vị nhân tất đàn, mình biết được chấp ngã của ông A như thế nào, của ông B như thế nào, ông C như thế nào, biết rõ nhân nào, duyên nào đưa tới chấp ngã đó, phân hóa đó. Biết rõ như thế rồi mới có thể tìm cách hàn gắn được.

Tiếp theo là phải có phương pháp đối trị như thế nào, đối với người chấp ngã nặng thì phải đối trị như thế nào, gần gũi họ như thế nào, thân cận họ như thế nào. Nếu người đó có cái ngã rất lớn, mà mình đến với họ còn giương cái ngã của mình ra, cho to hơn họ nữa, thì cái ngã đó của họ càng lớn hơn, lớn theo cái ngã của mình, như vậy thì vấn đề sẽ không được giải quyết. Vấn đề không giải quyết được thì Đệ nhất nghĩa đế tất đàn không hiển lộ được.

Cho nên, đối với GĐPT Việt Nam ở quốc nội cũng như ở hải ngoại, các anh/chị/em đã biết được nhược điểm như thế rồi, thì mình chỉ đề cao đạo Phật thôi, đề cao Tam bảo thôi, và tất cả chúng ta đều hướng về đó. Khi chúng ta đã hướng về đó thì những dị biệt có thể xóa được.

Nếu là mâu thuẫn trong GĐPT thì chúng ta chỉ nhắm tới mục đích và lí tưởng của GĐPT thôi, còn những ai đi ra ngoài, ra khỏi mục đích, lí tưởng đó thì họ không phải thuộc về GĐPT, mình bận tâm làm gì, mình không thể hòa hợp được. Cũng như nước với sữa thì có thể hòa hợp, còn nước với dầu thì hòa hợp làm sao được. Nếu họ đã đi sai lí tưởng hay bản chất của họ không còn là GĐPT nữa, thì không cần đặt ra vấn đề hòa hợp đối với những người đó.

Nhưng, nếu họ muốn biến GĐPT thành công cụ phục vụ cho bản ngã của họ, thì mình không đặt vấn đề GĐPT với họ, mà mình đặt vấn đề nhân quả và cuộc sống với họ, để họ thấy rằng, nếu họ làm như vậy sẽ có hậu quả, quả báo như vậy trong hiện tại và tương lai. Phải chỉ rõ cho họ thấy hậu quả do họ lạm dụng đem lại.

Nhưng không phải bạ đâu nói đó mà phải nói đúng lúc, đúng chỗ, đúng vị trí của họ. Nói bằng cách nào? Ta nói với tâm trạng không phải chỉ trích, không phải hận thù, trách móc mà nói bằng tâm từ bi, tâm độ lượng. Nói cách này không được, thì mình nói cách khác, bản thân mình không nói được, thì phải nhờ người khác, người có duyên với họ thì hiệu quả sẽ lớn hơn. Điều này ngày xưa Đức Phật đã từng ứng dụng. Có những vùng, những trú xứ Đức Phật không cần đi tới đó thuyết pháp, mà chỉ cần cử ngài Xá Lợi Phất thôi, vì ngài Xá Lợi Phất có duyên với vùng đó hơn Đức Phật, nên ngài Xá Lợi Phất tới đó nói, người ta nghe hơn là Đức Phật nói, vì sao? Vì họ có duyên với ngài Xá Lợi Phất hơn là có duyên với Đức Phật. Có những chỗ Đức Phật nói ngài Mục Kiền Liên đi thôi. Lại có những chỗ Đức Phật nói ngài Phú Lâu Na đi thôi. Nhưng có những chỗ Đức Phật phải đích thân đi. Cho nên khi thuyết pháp, giáo hóa, làm việc, mình phải vận dụng giáo lý nhân duyên triệt để vào trong pháp hàn gắn này. Vậy nên phải hiểu rõ Đối trị tất đàn, Vị nhân tất đàn, Thế gian tất đàn để đưa người ta đi về với Đệ nhất nghĩa đế tất đàn, nhằm mục đích hàn gắn, cùng hướng tới, cùng thực hiện mục tiêu, lí tưởng của GĐPT là điều rất cần thiết.

Có những trường hợp chị Thúy Nga nói không có tác dụng bằng anh Mai, có những trường hợp anh Mai nói không có tác dụng bằng anh Hưng, có những trường hợp anh Hưng nói không có tác dụng bằng anh Hùng, thì vai trò của người lãnh đạo là phải biết dùng người, biết nhân duyên của từng người để đưa họ về với Đệ nhất nghĩa tất đàn, tức là về với sự đoàn kết để lo cho cái chung. Đối với những người chưa phải là Phật tử, mình cũng gần gũi, đưa họ đi về với Phật tử, với sinh hoạt, đào tạo họ dưới nhiều hình thức khác nhau để cuối cùng, họ có thể đứng vào đoàn thể của mình để yểm trợ mình hay đứng ngoài đoàn thể mình để yểm trợ mình. Tất cả những điều đó, mình đều phải biết ứng dụng Tứ tất đàn này hết.

Hỏi:

Tập thể hình thành từ cá nhân, nhưng có nhiều mâu thuẫn. Biết rằng đoàn kết là sức mạnh, nhưng đã có sự phân hoá trầm trọng; ví dụ bây giờ trong nước cũng như hải ngoại đều có 3 Ban hướng dẫn. Áp dụng Tứ tất đàn như thế nào để đối trị sự phân hoá?

Trả lời:

Một huynh trưởng là một người đã được đào tạo, được huấn luyện và hoàn thành chương trình huấn luyện rồi, từng quỳ trước Tam bảo để phát nguyện, rồi được truyền đăng. Mình huấn luyện là huấn luyện theo định hướng của GĐPT, theo mục đích của GĐPT để đóng góp vào sự nghiệp chung của Phật giáo. Mình huấn luyện như thế nào mà giờ đây lại tạo ra sự phân hóa? Mình phải đi tìm nguyên nhân. Và mình thấy rõ nguyên nhân, có thể là do huấn luyện chưa chín, huấn luyện có tính cách hình thức; hoặc là mình đã huấn luyện kỹ lưỡng rồi, chín chắn rồi, nhưng vẫn xảy ra tình trạng đau buồn như thế là do nghiệp chủng của người đó, là do vận hệ của tổ chức, cộng thêm hoàn cảnh xã hội tác động vào. Có khi vững rồi, nhưng hoàn cảnh xã hội tác động vào khiến cho người ta lung lạc tâm, chí, hạnh, nguyện của họ, biết rõ nguyên nhân phân hóa, biết rõ những khó khăn của tổ chức, thì người lãnh đạo, người cầm thuyền mà lái, phải cầm tay chèo cho vững, phải biết trên con sông mình đi có khúc cạn khúc sâu, khúc thẳng khúc cong. Phải biết rõ như vậy, để lèo lái khôn khéo, vượt qua.

Do đó, tình trạng này xảy ra, mình quy lỗi cho một người là không đúng, mà có thể nói rằng, trên nghĩa tương đối thì sơ suất phần nhiều là ở nơi người lãnh đạo, vì mình cầm lái mà không biết địa thế con sông, khi gặp khúc cong mà mình chèo như khúc thẳng, cạn mà chèo như sâu thì đương nhiên là gặp trở ngại. Vì vậy, đòi hỏi người lãnh đạo phải có khả năng thực sự, đức hạnh thực sự, tuệ giác thực sự. Và thật sự, thì nên là "tập thể lãnh đạo, cá nhân phụ trách", nên khi có chuyện, phải tập trung trí tuệ của nhau, và người có trách nhiệm phải lắng nghe các ý kiến, nhiều khi có ý kiến rất đơn sơ, nhưng lại giúp mình được rất nhiều.

Các anh/chị/em thấy rằng, hiện nay, GĐPT trong nước cũng như ở hải ngoại bị phân hóa. Là do đâu? Chúng ta phải tìm ra nguyên nhân. Khi tìm ra được nguyên nhân rồi, thì mình mới tìm phương pháp đối trị. Nếu không tìm ra được nguyên nhân, thì không thể có phương pháp đối trị. Vì vậy, chúng ta phải có Vị nhân tất đàn trước đã, xem thử người đó như thế nào, vì hoàn cảnh nào mà như thế. Có thể họ túng thiếu, hoặc vì họ ham danh. Mình phải biết như thế để tìm được cách đem họ trở về. Và liệu họ có thể trở về không? Nếu không về thì mình sẽ tính thế nào? Nếu họ về thì có lợi gì cho mình, nếu họ không bỏ cái ham danh, ham lợi, ham tiền của họ. Nếu họ đến với

GĐPT, vì những thứ ấy, chứ không phải vì mục đích, lí tưởng thì mình xem họ là gì của GĐPT, có nên hàn gắn hay không.

Còn giả như các huynh trưởng của mình vì nhẹ dạ, vì lầm đường lạc lối, vì không nhận thức được mà rơi vào những tình trạng đau buồn như thế, thì mình cũng phải biết rõ họ đang ở trong tình trạng ấy, để kéo họ về lại với tổ chức, để cùng nhau xây dựng tổ chức.

Cũng có những trường hợp, người đó có tài thật sự, nhưng cũng có chứng, làm rất giỏi, nhưng cũng hay bỏ vạ giữa đường cho mình. Nếu mình thấy rằng, tài năng của người ấy, giúp cho tổ chức của mình thành công nhiều hơn là thất bại, thì mình cũng phải chấp nhận cái chướng đó của người ấy, để có lợi cho tổ chức trước mắt và sau đó mình tìm đủ mọi cách để giúp đỡ họ chuyển hóa những cái chướng của họ. Làm được việc nầy, trước hết mình phải thấy rõ con đường và điểm đến của mình, sau đó mình phải tập hạnh kiên nhẫn đối với những người trong tổ chức có tài năng mà «chướng» ấy, để họ cùng đi với tổ chức mình và giúp cho tổ chức mình.

Do vậy, chúng ta cần phải phân tích cho rõ. Một người phân tích có thể chủ quan, nên phải có con mắt của tập thể, con mắt của tổ chức, phân tích một cách khách quan. Từ đó mà có phương pháp trị liệu ứng dụng thích hợp.

Tôi nghĩ rằng, mình làm với tâm Bồ-đề, với tình thương, với trí tuệ, thì trước sau gì mình cũng sẽ hàn gắn được, hàn gắn được với những người cần phải hàn gắn. Còn mình không thể hàn gắn được với những người không có bản chất của GĐPT, mình không thể hàn gắn được với những người chỉ lợi dụng GĐPT để mưu cầu cá nhân. Nếu mình có hàn gắn với những người lợi dụng ấy đi nữa, thì trước sau gì cũng sẽ vỡ ra lại mà thôi, vì sao? Vì không cùng bản chất. Đó là điều mà các anh/chị/em cần phải phân tích cho rõ, dưới cặp mắt của Các các vị nhân tất đàn. Điều này cần đến tuệ giác trực tiếp. Do đó, Thầy ngồi ở đây mà đưa ra phương pháp tổng quát để các anh/chị/em y cứ vào đó mà thực hiện, thì chắc chắn là không thành công. Vì sao? Đức Phật đã dạy "nhất thiết pháp thị bất định pháp - tất cả pháp đều là pháp bất định". Cho nên đòi hỏi người lãnh đạo, người ngoại giao, người thực hiện lí tưởng phải là người có khả năng, có tâm huyết, có tuệ giác và phải trực tiếp xử lý công việc. Các các vị nhân tất đàn là vậy, phải trực tiếp tiếp xúc với từng đối tượng, để biết nhân, duyên, quả báo của họ mà giúp họ thay đổi. Người chống mình thì làm họ bớt chống; người không hiểu mình thì làm cho họ hiểu mình hơn; người xa mình thì làm cho họ gần lại mình ; người đã gắn bó với mình thì làm cho họ gắn bó thêm. Tôi nghĩ, những việc làm như thế có thể nằm trong tầm tay của các anh/chị/em, nhất là các anh/chị/em trại sinh Vạn Hạnh, vì mình là con cháu của Vạn Hạnh mà.

Hỏi:

Có những Đơn vị không trực thuộc BHD, vì quý Thầy Trụ trì không cho phép. Như vậy, phải áp dụng TTĐ như thế nào để giữ được sự tồn tại của Đơn vị và tương quan tốt đẹp với BHD?

Trả lời:

Tuy có khó khăn, nhưng các anh/chị/em phải liên thông với

nhau. Nếu việc liên hệ công khai trở ngại thì mình liên hệ bí mật. Điều này trong xã hội người ta vẫn thường làm, có những chuyện liên hệ tình báo lâu ngày, đến khi thành công rồi mọi người mới biết rằng người trong cuộc là người của ai. Tuy nhiên, mình phải nói cho người liên hệ đó biết, dù là công khai hay bí mật, thì đệ nhất nghĩa tất đàn luôn luôn là điểm về của mỗi chúng ta. Chúng ta có thể gặp nhau ở nơi Đệ nhất nghĩa tất đàn, còn Đối trị tất đàn hay Vị nhân tất đàn hay Thế gian tất đàn, thì mình tùy duyên mà sử dụng. Nếu chúng ta có thể gặp nhau nơi Đối trị tất đàn hay Vị nhân tất đàn hay Thế gian tất đàn để cùng đi tới Đệ nhất nghĩa tất đàn thì thật là quý, nhưng cuộc đời này làm gì có được thuận duyên 100% như thế. Cho nên, nếu không gặp nhau được ở nơi Thế gian tất đàn, Vị nhân tất đàn hay Thế gian tất đàn, thì mình sẽ gặp nhau ở nơi Đệ nhất nghĩa tất đàn.

Những người lãnh đạo, như các anh Liên Đoàn Trưởng hay các anh Đại diện miền hay Ban Hướng Dẫn Trung Ương phải có nhiều kế hoạch để liên thông, cách này không được thì mình dùng cách khác. Liên thông ở nơi chỗ nào? Ở nơi Đệ nhất nghĩa tất đàn. Nghĩa là các anh/chị/em gặp nhau không phải ở nơi huyết thống mà là gặp nhau ở nơi lý tưởng của Gia đình Phật tử Việt Nam, chúng ta phải thông báo, phải nói cho nhau biết dù hình thức này hay hình thức khác, dù nằm bên này hay bên kia, chúng ta cũng chỉ là một, Gia đình Phật tử Việt Nam chỉ là một, Gia đình Phật tử Việt nam trên thế giới chỉ là một mà thôi. Một đó là gì? *Đó là Phật tử quy y Phật Pháp Tăng và giữ giới đã phát nguyện; Phật tử mở rộng lòng thương, tôn trọng sự sống; Phật tử trau dồi trí tuệ tôn trọng sự thật; Phật tử sống trong sạch từ thể chất đến tinh thần, từ lời nói đến việc làm; Phật tử sống hỷ xả để dũng tiến trên đường đạo.*

Chúng ta gặp nhau ở năm điểm đó và cùng nhau thực hiện năm điểm đó là chúng ta đã có bản chất như nhau rồi, những mâu thuẫn khác chỉ là những thứ nhỏ không đáng kể. Còn nếu mình bỏ đi mục đích giáo dục của mình, không thực hiện năm điều luật đó thì không thể gọi là Gia đình phật tử được. Nếu họ không phải là Gia đình phật tử, họ chỉ lợi dụng Gia đình phật tử thôi, thì làm sao mình có thể liên thông với họ được! Và nếu có liên thông rồi, thì cũng sẽ tạo ra chia rẽ mà thôi. Như vậy, các anh/chị/em phải liên thông với nhau và khẳng định mình là Phật tử qua những thể hiện trong đời sống, qua mục đích mình đến với tổ chức, mình đến với gia đình qua năm chất liệu đã trở thành khuôn vàng thước ngọc cho chúng ta. Cũng như các anh/chị/em gặp Thầy ở nơi tâm phụng sự Tam bảo, tâm phụng sự xã hội theo tinh thần Phật giáo. Còn nếu Thầy lợi dụng xã hội, xây chùa thật to, rồi muốn xã hội phụng sự Thầy, rồi Thầy ngồi trên đầu xã hội để làm thế này thế khác cho cái ta của thầy, thì làm sao mấy anh/chị/em gặp Thầy được, mặc dù Thầy là một Thầy tu.

Vậy nên, anh Hưng phải liên thông với các tổ chức GĐPT đang khó khăn, phải thông cảm với họ, phải liên kết được với họ ở bên trong. Đó là cái thông minh của mình. Liên kết được để có thể nhắc nhở họ, làm chi thì làm, chứ áo lam của mình là một, tình lam của mình là một, mục đích của mình là một. Đã là một rồi, thì sớm muộn gì mình cũng là mình thôi, mình sẽ đi về được với nhau, như trăm sông, hói đều đi về được với biển, mà biển thì chỉ có một mùi vị duy nhất là mặn. Mình phải nói với nhau như thế, và trước sau gì mình cũng về với nhau thôi, cũng gặp nhau thôi. Còn nếu không cùng là bản chất, không cùng là lý tưởng, cho dù ngồi bên nhau mà quay lưng lại với nhau thì cũng đã xa nhau rồi. Cụ thể, Thầy đang nói pháp thoại với các anh/chị/em đây, mà các anh/chị/em mỗi người đang ở một tiểu bang xa lắc mà vẫn gặp được nhau. Do vậy, mình phải nhấn mạnh điểm gặp gỡ nơi lý tưởng, nơi Đệ nhất nghĩa tất đàn đó cho nhau. Còn những dị biệt, do hoàn cảnh, do hiểu lầm, thì mình phải tìm cách tháo gỡ cho nhau từ từ. Như thế, tuy có dị biệt mà không tạo ra mâu thuẫn, không tạo ra chiến tranh.

Cho nên, phải nhấn mạnh Đệ nhất nghĩa tất đàn, khi có mâu thuẫn, mình chỉ nhắm tới điểm chung mà nói, chứ không khuếch đại mâu thuẫn đó ra, không xé vấn đề ra thêm. Đó là cách mà người lãnh đạo GĐPT trong lúc này, trong giai đoạn này cần phải biết để làm.

Hỏi:
Phương pháp ứng dụng Tứ tất đàn hiện nay?

Trả lời:
Các anh/chị/em đã biết, người biết ứng dụng Tứ tất đàn vào đời sống của bản thân và xã hội, người đó phải có một tuệ giác lớn, quán chiếu được Các các vị nhân tất đàn, tức là thấy được sự sai biệt của từng cá nhân hay từng cộng đồng, từng đơn vị, từng lằn mức khác nhau của xã hội. Sau khi thấy được sự sai biệt đó, người ấy mới có thể ứng dụng Tứ tất đàn để đưa đến

cái chung là Đệ nhất nghĩa tất đàn.

Cũng vậy, môi trường, luật pháp xã hội Việt Nam khác với xã hội Mỹ, và ngay trong xã hội Mỹ, mỗi tiểu bang lại có đặc thù riêng, mỗi vùng trong mỗi bang lại có một cách khác nhau. Người lãnh đạo GĐPT phải nắm được những điều đó để vận dụng, để đưa người ta đi tới với Đệ nhất nghĩa tất đàn. Đệ nhất nghĩa tất đàn theo cách nhìn của GĐPT là lí tưởng đào tạo thanh thiếu niên trở thành những Phật tử chân chính và những thanh thiếu niên sau khi được đào tạo này sẽ đóng góp được vào việc xây dựng xã hội theo tinh thần Phật giáo. Trước hết phải nắm được mục đích gồm hai nội dung như vậy, rồi từ đó bắt đầu tùy duyên mà vận dụng, nhưng dù vận dụng kiểu gì, thì cũng không đi sai với mục đích, để cuối cùng phải đạt được mục đích, như đã cụ thể hóa qua năm điều luật của GĐPT. Năm điều luật đó, không phải là điều dùng để đọc mỗi ngày, đọc mỗi tuần, mỗi khi đến chùa, mà đó chính là nếp sống, là sự sống, là hơi thở, là cơm ăn, nước uống của mình, trở thành chất liệu trong đời sống của mình. Tôi nghĩ, khi một huynh trưởng đã có được năm chất liệu đó, nhất định họ sẽ tìm về với mục đích đã từng nêu lên, mục đích mà họ đã từng phát nguyện.

Cho nên, phương pháp ứng dụng bây giờ là các anh/chị/em không phải chỉ đọc tụng năm điều luật này mỗi lần đến chùa, mà phải ứng dụng vào trong đời sống của mình để mình thực sự có bản chất là Phật tử, bản chất là huynh trưởng của GĐPT, rồi từ đó, chúng ta sẽ đi tìm những cái có cùng bản chất để tương giao, tương ngộ, để cùng nhau lo việc chung.

Chỉ cần có một chất liệu *"Phật tử mở rộng lòng thương, tôn trọng* sự sống" thôi, thì mọi mâu thuẫn sẽ được hóa giải ngay. Chẳng lẽ, Phật tử mở rộng lòng thương tôn trọng sự sống mà không thương anh em mình được sao, tình lam với nhau mà không thương nhau được sao, con người với nhau mà không thương nhau được sao, đồng một lý tưởng mà không thương nhau được sao. Chỉ cần thực tập được điều luật này, đốc thúc nhau có được bản chất đó, thì tự nó sẽ hòa hợp. Nếu thiếu tình thương, thì sẽ không thể nào hòa hợp được. Khi có tình thương, thì ngay cả người làm sai, mình cũng thấy tội, mình tìm cách này, cách khác để cứu giúp họ. Cho nên, vấn đề là mình có được chất liệu *"mở rộng lòng thương tôn trọng sự sống"* không hay chỉ là quy ước trên sách vở, nói trên miệng mà thôi.

Thầy nghĩ trong thời điểm này, các anh/chị/em chỉ cần đem năm điều luật của GĐPT mà ứng dụng, thực tập để mỗi người thật sự có được chất liệu đó, thì nhất định GĐPT không bao lâu sẽ đoàn tụ với nhau, còn những ai, những cái gì không phải là GĐPT sẽ tự loại mà không cần mình phải cố công loại bỏ làm gì.

Hỏi:

Phương pháp nào giải quyết sự phân hóa của GĐPT hiện nay?

Trả lời:

Thầy nói dứt khoát GĐPT không có phân hóa. Chỉ có duy nhất một tổ chức GĐPT mà thôi, đó là tổ chức GĐPT Truyền thống đúng hiến chương của Giáo hội PGVNTN, đúng với nội quy, quy chế của GĐPT. Một tổ chức GĐPT chỉ mang danh là Phân ban ở trong Nam nữ cư sĩ, thì đó một tổ chức khác, một Giáo hội khác, không dính chi đến tổ chức GĐPTVN, vì họ có hiến chương và nội quy riêng của họ. Nếu có dính chăng, thì ở chỗ như dính với các tổ chức hướng đạo Phật tử, sinh viên Phật tử, học sinh Phật tử. Họ có thể là bạn của mình mà không phải là con người đồng hành của mình. Và một tổ chức GĐPT khác mới đây thì lại càng không phải, vì nó hoàn toàn không đúng với nội quy, quy chế, không đúng với hiến chương Giáo Hội PGVNTN. Một tổ chức như vậy không phải là một tổ chức GĐPT. Cho nên, GĐPT chỉ có một tổ chức duy nhất thôi, đó là tổ chức GĐPT truyền thống đúng nội quy, quy chế, hiến chương của GHPGVNTN, có truyền thừa, có lịch sử. Và Thầy đã thường nhắc nhở các anh/chị/em, nếu có thay đổi nội quy, quy chế thì chính tự thân các anh/chị/em thấy cần thay đổi, mình sẽ triệu tập đại hội đúng nội quy, quy chế, đúng hiến chương; chứ không phải do người này hay người kia tác động, do thế lực này hay thế lực kia tác động. Và không có một cá nhân nào có quyết định tùy tiện đối với tổ chức GĐPT.

Cho nên, nói đúng ra, nếu có luật pháp công minh, thì mình sẽ tước đi tất cả những hoa sen, những danh nghĩa mà người ta đang lạm dụng đối với tổ chức GĐPT. Mình kiện ra tòa án quốc tế, và nếu cần, mình có thể kiện những chính phủ sở tại đang công nhận các tổ chức đó, theo công ước quốc tế. Đó là nói theo pháp luật. Một tổ chức có đăng ký hẳn hoi huy hiệu hoa sen, cấp hiệu đàng hoàng đâu ra đó, chính phủ thấy rằng cấp hiệu này, huy hiệu này, quy chế này đã được công nhận qua nhiều đời, đã có truyền thống rồi mà nếu có tổ chức khác đăng ký, chính phủ sẽ không chấp nhận cho tổ chức mới ấy mà phải bảo vệ pháp lý cho tổ chức đã có từ trước.

Vì vậy, mình nói tổ chức GĐPT có *thế* mà không có *thống* cũng sai, mà phi thế phi thống cũng sai. Hễ là tổ chức GĐPT, thì chỉ có một bản nội quy thôi, và chỉ có một bản hiến chương của GHPGVNTN thôi. Ai đi đúng như thế thì gọi là GĐPT đúng nghĩa, còn giả danh, giả nghĩa là chuyện của họ, nếu cần thì mình xem họ là bạn, là các đoàn thể của tổ chức tôn giáo bạn, chứ không thể gọi họ là mình. Họ không phải là mình thì sao mình gọi là phân hóa! Họ tách mình ra, mượn danh nghĩa mình để làm chuyện khác, không đúng hiến chương, không đúng nội quy, quy chế của GĐPT, thì đó không phải là mình rồi. Do đó, đề nghị các anh/chị/em đừng quan tâm đến những cái đó làm gì cho mệt tâm mình. Mình chỉ cố gắng un đúc, trau dồi, tu học để có thể hiến tặng được những gì mà tổ chức mình đã hiến tặng cho mình, tiếp tục sứ mệnh đó để nuôi dưỡng tổ chức của mình, để khỏi tủi hổ với hạnh nguyện cao đẹp của mình, khỏi tủi hổ với truyền thống mà cha ông thầy tổ đã để lại cho mình. Và các anh/chị/em, nên xem những tổ chức không phải GĐPT đó là những tổ chức tôn giáo bạn hay mình đã từng quan hệ như những tổ chức của những đoàn thể khác, nếu thấy cần. Còn nếu thấy không cần thì thôi, đừng để ý. Và nếu những người kia thấy mình đã đi sai rồi, đã đi chệch hướng với lý tưởng của GĐPT rồi, chệch hướng với quy chế, nội quy của tổ chức rồi, họ biết quay về, sám hối và biết phục thiện trở lại, xin có được sự hướng dẫn của mình; khi đó mình sẽ có những phương pháp thích hợp sau, chứ không phải chấp nhận một cách dễ dàng. Đó là điều mà các anh/chị/em nên lưu ý và cần bàn bạc.

Hỏi:

Khi chúng con đã nói rõ nguyên tắc pháp lý, nội qui GĐPT,... thì quý Thầy cho rằng GĐPT chống Giáo Hội; mở trại Huấn Luyện thì cho rằng hướng dẫn sai, rồi đuổi Ban Huynh Trưởng (BHT) ra khỏi chùa lập một BHT mới để dễ sai khiến. Chúng con im lặng! Làm sao chúng con có thể áp dụng Tứ tất đàn để hoá giải giữa các vị xuất gia và GĐPT?

Trả lời:

Nếu họ thật sự là tu sĩ của GHPGVNTN, thì họ phải hiểu hiến chương của giáo hội hơn ai hết, họ phải hiểu nội quy, quy chế của GĐPT hơn ai hết. Trong lúc đó, mình nói đúng nội quy, quy chế của GĐPT, đúng với hiến chương Giáo hội mà họ nói mình chống giáo hội, thì giáo hội đó là giáo hội nào, giáo hội Cổ Sơn Môn, Lục Hòa Tăng hay một giáo hội đội lốt tôn giáo để làm chính trị, chứ không phải là phụng sự dân tộc và nhân loại đúng như hiến chương của GHPGVNTN. Trong tình trạng đó, thứ nhất là họ chưa hiểu GH, chưa hiểu tổ chức GĐPT, thì mình phải có bổn phận ẩn nhẫn, rồi trình bày cho vị Thầy đó hiểu về hiến chương của GH, về nội quy, quy chế của GĐPT đã được GH phê chuẩn để cho vị ấy biết. Chống giáo hội nghĩa là chống hiến chương, chứ không phải là theo thầy này bỏ thầy kia; phá giáo hội chính là phá hiến chương của GH. Chứ còn theo Thầy A hay theo Thầy B, chưa hẳn là theo GHPGVNTN. Đó chính là ứng dụng Vị nhân tất đàn, để có Đối trị tất đàn và cuối cùng là đưa họ về Đệ nhất nghĩa tất đàn.

Hỏi:

Có vị bảo rằng, chúng con không theo các Thầy là chống Giáo hội có phải không?

Trả lời:

Phật tử quy y Tăng không phải là quy y một Thầy Tỷ kheo. Quy y Tăng thì lúc nào và ở đâu cũng tồn tại, còn quy y một Thầy Tỷ kheo, Thầy đó chết thì mình hết quy y sao!

Do học đạo, dạy đạo bị lầm lẫn dẫn tới việc gây khó khăn cho tổ chức. Cũng như mình bảo vệ giáo hội, chứ đâu phải mình đi theo một người lãnh đạo sai hiến chương, pháp lý của giáo hội. Phần nhiều người ta nhận thức lầm, tưởng rằng người lãnh đạo giáo hội là giáo hội. Đó là sai lầm mà mình cần phải học để thấy và làm cho mọi người chung quanh cũng thấy. Nếu không, người ta sẽ lợi dụng hết cái này đến cái khác, cuối cùng không phải phân hóa một mà phân hóa thành trăm, thành ngàn và ai cũng xưng hùng, xưng bá hết.

Vị đó dù thế nào đi nữa vẫn là cá nhân, còn nói chuyện đúng sai theo tổ chức, thì phải có quy chế để xác định đúng sai chứ! Nếu người ta làm việc tùy tiện, mà mình đi theo đám tùy tiện đó, thì trước sau gì mình cũng bị hủy diệt, theo kiểu "tùy tiện sinh thì tùy tiện diệt" của đám người tùy tiện. Đối với đám người làm việc tùy tiện, anh hùng cá nhân, phi nguyên tắc, mình để ý đến họ làm gì. Nếu mình để ý đến loại tùy tiện sinh, tùy tiện diệt ấy, thì không đời nào mình giải quyết xong cái tùy tiện ấy của họ.

Đừng nghĩ rằng, Thầy là số một. Không có Thầy nào số một hết. Chỉ có Tam bảo là số một thôi. Phật tử phải hiểu điều đó. Đây không phải là lý thuyết mà là thực tế. Đây là sự thực tập, sự chứng nghiệm. Vấn đề là mình có đủ bản lãnh để khẳng định được mình là ai không. Phật tử thì phải thực tu, thực học theo những gì đức Phật đã dạy, chứ không nên tùy tiện làm theo cá tính của mình.

Mình quy y Phật, quy y Pháp, quy y Tăng chứ có phải mình quy y cá nhân một Thầy nào đâu. Nếu quy y với một Thầy, Thầy đó không tu, bỏ về đời, mình cũng về đời theo Thầy đó luôn sao; Thầy đó đi ăn cướp, mình cũng chạy theo Thầy đi ăn cướp sao! Thầy Tỷ kheo có thể ăn trộm, có thể ăn cướp, có thể giết người, có thể lấy vợ. Bởi vì, một Thầy Tỷ kheo, khi không có duyên tu hành đàng hoàng, đời sống của Thầy đó có thể xảy ra những chuyện không đàng hoàng đó. Nhưng, Tăng thì không bao giờ có chuyện đó.

Một Thầy Tỷ kheo có thể giết người, nếu không, sao lại có giới cấm một Thầy Tỷ kheo không được sát sanh? Một Thầy Tỷ kheo có thể đi ăn trộm của người khác, nếu không, sao lại có giới luật cấm Thầy Tỷ kheo ăn trộm? Một Thầy Tỷ kheo có thể hành dâm, nếu không, sao trong luật lại có giới cấm Thầy Tỷ kheo dâm dục? Một Thầy Tỷ kheo có thể nói láo, nếu không, sao giới luật lại cấm Thầy Tỷ kheo nói láo? Một Thầy Tỷ kheo có thể phạm phải bất cứ một giới luật nào, do Phật chế định, nhưng Tăng thì hoàn toàn thanh tịnh. Tỷ kheo chỉ là thành viên của Tăng bảo mà không phải là Tăng bảo. Tăng bảo phải là bốn vị Tỷ kheo sống thanh tịnh và hòa hợp với nhau trở lên. Vì vậy, mình quy y Tăng, chứ không phải quy y với Thầy Tỷ kheo nào hết. Nếu Thầy Tỷ kheo nào có giới, có định, có tuệ, thì vị ấy được Tăng cử làm vị truyền giới cho mình. Nên, hiểu đúng giới luật, thì mình quy y Tăng, chứ mình đâu có quy y một cá nhân thầy nào đâu. Thầy nào hướng dẫn phật tử tu học đúng với *Giới, Định, Tuệ*, thì mình đi theo, nương tựa để tu học, nếu hướng dẫn sai *Giới, Định, Tuệ*, thì mình có quyền từ bỏ vị đó, mà không có lỗi gì đối với giới luật hay đối với đạo cả.

Phật tử muốn bảo vệ đạo phải biết cho rõ những điều như vậy. Mình không vì tình cảm riêng tư, mà hư hỏng lý tưởng và mục đích tu học của mình. Cái gì đúng chánh Pháp thì mình cứ nói và làm. Nếu nói và làm đúng chánh Pháp mà thân này bị hủy diệt, thì cũng chấp nhận, chứ không có gì phải sợ hãi hết.

Hỏi:

Làm thế nào để mình đi đúng hướng? Trong Phật giáo chú trọng đến Pháp thí mà không chú trọng đến tài thí phải không?

Trả lời:

Mình đi tới với đạo Phật mà không phải với tâm mong cầu giải thoát, tâm từ bi, tâm "thượng cầu Phật đạo, hạ hóa chúng sinh", mà đem quan điểm chính trị, quan điểm này, quan điểm kia để tới với đạo Phật, thì trước sau gì tổ chức mà mình gây dựng đó cũng bị phân hóa thôi. Cho nên, phải đi tới với đạo Phật bằng tâm từ bi, tâm trí tuệ, mong cầu đời sống giải thoát giác ngộ, lợi mình, lợi người, tự độ, độ người thì đương nhiên mình sẽ đi đúng hướng mà Đức Phật đã dạy cho chúng ta. Đó là cái hướng của Đệ nhất nghĩa tất đàn.

Còn đi tới với Phật giáo bằng quan điểm này, quan điểm nọ, thì mình sẽ tạo ra rắc rối cho chính bản thân mình, chứ không phải cho Phật giáo; mình sẽ không thu hoạch được những gì mà Phật giáo cống hiến cho mình. Có câu chuyện như sau: một vị khách đến hỏi chuyện một vị thiền sư; vị thiền sư vẫn chế trà, tràn đầy cả chén mà vẫn tiếp tục chế; khách thắc mắc tại sao nước trà trong chén đã đầy mà thiền sư vẫn rót vào; vị thiền sư cười và nói "cũng vậy, hễ người đã mang đầy quan điểm mà tôi có nói, thì nói kiểu gì cũng không vào được trong đầu họ, ví như nước trong chén đã đầy, có rót chừng nào đi nữa cũng tràn ra thôi". Cho nên, người mang quan điểm, thành kiến chính trị, thành kiến phe nhóm này phe nhóm khác, để đi tới với đạo Phật thì không bao giờ họ nhập vào được trong đạo Phật, họ không bao giờ đi tới được cửa ngõ của đạo Phật, chứ đừng nói họ là Phật tử, hay là người của đạo Phật. Nhiều người chỉ là hình thức Phật tử, chứ nội dung không phải là Phật tử đâu! Quý anh/chị/em phải hiểu cho được điều này để mình yên tâm tu học, và mình mong rằng, làm thế nào mình được gặp các bậc thầy tu hành đúng như những gì mà Đức Phật đã dạy và mình cũng có thể học được từ nơi anh chị em của mình là những chân Phật tử; chứ chiếc áo, cái đầu chưa thể gọi là Thầy tu, là Phật tử hay là cái gì trong đạo Phật hết.

Lại nữa, hỏi rằng bây giờ người ta phát triển pháp thí, mà trong Phật giáo không chú trọng đến tài thí? Thật sự ra tài thí, pháp thí, vô úy thí, ba cái này hỗ dụng cho nhau như Tứ tất đàn mà mình đã học. Người ta đói, mình không cho người ta ăn mà thuyết pháp, ai thèm nghe; người ta no rồi, mình đem thức ăn ra mời, người ta chê, thì mời làm gì. Cho nên, chuyện tài thí, pháp thí, vô úy thí, phải tùy từng đối tượng, hoàn cảnh mà ứng dụng, chứ không phải là nhất thiết, cố định. Như vậy, Phật tử cần phải nỗ lực học hành, làm kinh tế không mỏi mệt. Để làm gì? Không phải để làm giàu. Người Phật tử làm đủ ăn thôi. Mình làm kinh tế là để giúp cho những người không có điều kiện kinh tế. Đó là mình đang ứng dụng Vị nhân tất đàn.

Mình thuyết pháp không phải vì danh, vì lợi, không phải để người ta tâng bốc mình là pháp sư, là giáo sư, là người nổi tiếng, để người ta cúng dường tiền bạc cho mình hay để được người ta ca ngợi mình; thuyết pháp với tâm ý như vậy gọi là tà mạng, tà ngữ, không đúng với chánh pháp mà Đức Phật muốn người đệ tử của Ngài phải thực hiện. Mình thuyết pháp là vì muốn cho người ta hiểu rõ pháp mà tu tập. Đó là điều mà các anh chị em phải lưu ý.

Hỏi:
Thế giới dưới cái nhìn của Phật giáo bao gồm ba cõi sáu đường, chứ không phải chỉ giới hạn trong phạm vi loài người. Nhưng làm thế nào để nói điều đó cho những người chưa tin Phật hiểu được?

Trả lời:
Xã hội Phật giáo bao gồm ba cõi sáu đường. Đối với tín đồ Thiên Chúa giáo, họ vẫn tin có Thiên đàng và Địa ngục. Tín đồ các tôn giáo khác cũng tin thiên đàng, địa ngục, ví dụ Bà La môn giáo cũng tin có Phạm Thiên. Cho nên, mình nói thế giới gồm ba cõi sáu đường là mình nói với cái nhìn toàn thể và chính xác, còn nói chỉ có thiên đàng và địa ngục thì vẫn còn hạn chế. Đối với các tôn giáo khác, mình nói có cõi trời thì họ chấp nhận liền. Nhưng đối với Phật giáo, cõi trời gồm có trời Dục giới, Sắc giới, Vô sắc giới, và Dục giới do cái gì tạo nên, Sắc giới do cái gì tạo nên, Vô sắc giới do cái gì tạo nên, địa ngục do gì tạo nên.

Trước hết, mình đồng với các tôn giáo khác là Địa ngục do những người làm ác tạo nên. Và mình cụ thể hóa địa ngục trong xã hội con người là những kẻ ăn trộm ăn cướp, bị bắt, giam cầm, tra khảo, đánh đập hay địa ngục ở chính nơi các bệnh viện, nơi mà con người bị cưa, bị xẻ, rên xiết đủ thứ. Cho nên, khi mình nói đến thiên đàng, địa ngục, những người tôn giáo khác sẽ chấp nhận, và từ sự tương đồng đó mà mình chia sẻ những vấn đề sâu sắc hơn.

Có một lần Thầy giảng ở Dòng con Đức Mẹ vô nhiễm Kim Long, Thầy cũng không nói gì đến Phật giáo hay Thiên Chúa giáo, mà chỉ nói đến sự tương đồng của Phật giáo và Thiên Chúa giáo qua tiếng chuông thôi. Thầy nói đến cách nghe chuông, cách thực tập hơi thở khi nghe chuông. Mình sẽ đi từ những điểm gặp nhau cơ bản đó, để từ từ mà nói về cái rộng, cái sâu, cái chuẩn xác của mình. Còn nếu mình phủ nhận họ hoàn toàn thì không cách gì mà mình nói với nhau được.

Đối với những người không có tôn giáo, mình không cần phải nói với họ về niềm tin tôn giáo. Mình nói với họ cách khác. Chẳng hạn, mình nói với họ tin vào công việc mỗi người đang làm, nếu ai không tin vào công việc đang làm thì không thể thành công được; nếu không gắn bó với công việc đang làm thì mình sẽ thất bại. Sau khi nói những điểm tương đồng, mình có thể nói về những điểm sâu-cạn, rộng-hẹp.

Nhờ gì mà mình nói được những điều ấy? Nhờ Tứ tất đàn. Nhờ ứng dụng tứ tất đàn. Nhờ vào thế gian tất đàn. Thế gian hiểu ngang đâu thì mình ứng dụng ngang đó, thế gian chấp nhận ngang đâu thì mình bắt đầu từ ngang đó mà nói. Còn chuyện sâu, rộng, hẹp là do trình độ tu tập của mình, trình độ học Phật của mình. Nếu mình nói mà thiếu thế gian tất đàn thì không ai hiểu được. Vì vậy, người nắm Tứ tất đàn thì nói với ai cũng được, dù là có tôn giáo hay không có tôn giáo; có trí thức hay không có trí thức; dù thánh hay phàm, dù người thuộc bên này hay bên kia. Vì tất cả đều là con người. Mình nói bắt đầu nơi cái tình người, rồi từ đó mà tiến xa hơn, nói về nhân ái, bác ái, từ bi. Còn nếu không đi từ tình người mà nói ngay về từ bi, bác ái thì không khác gì xây nhà lầu trên cát. Cho nên, các anh/chị/em đi vào cuộc đời phải cực kỳ thông minh. Chỉ học trong sách vở thì không đủ, vì sách vở không bao giờ diễn tả hết thực tế cuộc sống được. Mình phải có tu học, phải có tuệ giác để ứng đối với cuộc đời, tùy duyên để mình thuyết pháp, giáo hóa chứ không có một nguyên tắc cố định nào hết.

Hỏi:

Vậy đối với những người thanh thiếu niên không tin vào thiên đàng địa ngục mà chỉ tin vào khoa học, mình có thể nói rằng mỗi con người là một vũ trụ thu nhỏ được không?

Trả lời:

Đối với những người chỉ tin khoa học mà không tin cái gì khác, mình phải chỉ cho họ khoa học có hai mặt. Nếu khoa học được sử dụng bằng trái tim thì mang lại lợi ích cho con người, cho xã hội. Nhưng nếu lợi dụng văn minh khoa học, sử dụng khoa học với các thủ đoạn thì sẽ mang lại nguy hiểm hơn là xây dựng xã hội con người. Mình không cần phải truyền bá tôn giáo, chỉ cần nói tai hại do khoa học mang lại cho xã hội con người. Ngày nay xã hội đang la làng lên vì nạn ô nhiễm môi trường, đó chính là hậu quả của khoa học chứ còn gì. Khoa học giúp con người bao nhiêu thì chính khoa học tàn hại con người bấy nhiêu. Ngày trước cha ông mình mất rất nhiều thời gian để đào được một hầm mỏ, ngày nay nhờ văn minh khoa học, con người đào mỏ nhanh, khai thác tài nguyên thiên nhiên rất nhanh và rất nhiều. Do đó mà thiên nhiên lên tiếng. Bởi vậy, mình đã có trí thức khoa học, mà còn có thêm tâm từ bi nữa thì sẽ sử dụng khoa học rất có lợi ích. Trái lại, mình chỉ có trí tuệ khoa học mà thiếu tâm từ bi khi sử dụng khoa học thì khoa học là một thảm họa cho xã hội con người. Còn bản thân con người là cả một khoa học tự nhiên vĩ đại, cái mũi nằm ở đâu, con mắt, cái miệng nằm ở đâu, tất cả vị trí của chúng đang nằm đều là những sự phối hợp có khoa học cả. Ấy là khoa học của nhân duyên, nhân quả. Không có người nào mà tóc mọc dưới chân cả. Bản thân con người là một khoa học mầu nhiệm, còn cái khoa học hiện nay đang phát triển đó, nó là khoa học của tri thức con người, rất hạn chế, và đang hướng tới cái khoa học tự nhiên của con người đã vốn có. Do đó, nên hướng niềm tin vào một nền khoa học hạn chế đó đến với một niềm tin khoa học vô hạn. Nhưng để nói được điều đó, mình phải nói cho họ, con người là một đối tượng nghiên cứu, nhưng cho dù có nghiên cứu đến mức nào đi nữa, khoa học tri thức cũng không thể nào giải thích tường tận được sự có mặt của một ngón tay.

Hỏi:

Làm sao để giảng về thế giới A-tu-la và Địa ngục mà không phụ thuộc vào sách vở?

Trả lời:

Thế giới *A-tu-la* hay địa ngục được hình thành nơi tâm của mỗi chúng ta. Cảnh giới *A-tu-la* là gì? Đó là sự nóng giận, sự cạnh tranh, hơn thua mà tạo nên. Cho nên hễ nhìn vào nơi tâm mình mà có những hạt giống hơn thua, cạnh tranh, thị phi, giận hờn, gây chiến với nhau thì đó chính là thế giới *A-tu-la*. Vì vậy, đối với thế giới *A-tu-la*, mình có thể thực nghiệm và thấy được thế giới này ngay ở nơi tâm của mình.

Thế giới địa ngục cũng vậy. Địa ngục chính là những hành động xấu ác ở nơi mỗi chúng ta. Khi chúng ta manh tâm giết một người nào đó, nói xấu một người nào đó hay hại một con vật nào đó, thì đó chính là hành động đem địa ngục đến cho người khác, loài khác và cho chính mình trong tương lai. Chúng ta phải dạy điều đó cho mọi người để họ biết nhìn vào trong tâm của chính họ, mà biết sống hài hòa, không tranh chấp, không thị phi, không gây chiến với nhau và có tâm từ bi với mọi người, nghĩa là mình đang ổn định xã hội của chính mình, ổn định gia đình mình, ổn định tổ chức của mình. Rõ ràng, đây không phải là sách vở mà chính là một sự thực nghiệm, thực nghiệm nhìn sâu vào nơi tâm mình. Đức Phật đã dạy, tất cả thế giới đều từ nơi tâm mình mà biểu hiện. Tâm mình có đủ cả thập pháp giới. Do đó, *A-tu-la* không phải là thế giới ngoài mình đâu. Biết như vậy, để khi người ta lỡ có giận mình, mình không giận lại thì cái giận kia sẽ tự tiêu; người ta oán mình mà mình không oán thì cái oán đó cũng sẽ tự tiêu. Cũng giống như khi ta ráng sức đôi một hòn đá, nhưng không có lực cản thì hòn đá chỉ chạy theo lực rồi đến một mức độ nào đó thì phải dừng. Nhưng nếu mình cản lại thì sẽ tạo ra phản lực làm viên đá có thể vỡ ra và chính mình cũng có thể vỡ ra.

Như vậy, cảnh giới địa ngục, cảnh giới *A-tu-la* hay cảnh giới chư thiên, cảnh giới của Phật đều không ra khỏi tâm mình. Biết như vậy để thực tập và hướng dẫn mọi người thực tập để thấy cho rõ.

Anh Mai làm tổng thư ký của gia đình phật tử thế giới nên lẽ đương nhiên là anh phải cố gắng rồi và anh phải thông minh để cho những người trợ lý của anh giúp anh. Cũng giống Obama làm tổng thống Mỹ thì đâu phải ông có tài năng về tất cả mọi lĩnh vực, mà phải nhờ vào các trợ lý của ông về các châu lục, các vùng và các ngành. Ông chỉ tài hơn chúng ta là ông có khả năng quyết đoán đúng, khi có tất cả những sự kiện cung cấp cho ông. Cũng vậy, anh Mai hay tất cả các anh cũng vậy, mình phải nhờ tất cả những người dễ thương của mình, trung thành với tổ chức cung cấp cho mình những sự kiện đúng và từ những sự kiện đúng đó, mình có khả năng quyết đoán chuẩn xác để mà thi hành. Tất cả những cái đó đều là từ Tứ tất đàn hết.

Hỏi:

Tất cả các cảnh giới đều do tâm, đều từ nơi tâm mà biểu hiện, vậy có phải tất cả đều là ảo không? Như vậy thì có mâu thuẫn với sách vở nói rằng có sáu cảnh giới để đi vào không? Chúng con là "Nhân" nên chưa bước vào cảnh giới ngạ quỷ, cũng chưa bước vào cảnh giới địa ngục, thì làm sao hiểu được các cảnh giới đó, chỉ có thể hiểu được qua sách vở. Vậy có phương pháp nào để thấy rõ, để chỉ cho các em thấy rõ được điều này, nhất là trong thời đại văn minh ngày nay.

Trả lời:

Có một câu chuyện thế này: có một vị đến hỏi một vị Thiền sư "thế nào là giận dữ?". Vị Thiền sư đáp rằng "mặt ông ngu như bò mà hỏi giận dữ làm gì". Người kia liền nổi giận "tôi hỏi Thầy, Thầy không nói thì thôi, cớ chi lại nhiếc tôi ngu như bò! Thầy không có phép lịch sự! Thầy tu hành không đúng đắn". Vị Thiền sư cười và nói "đó chính là sự giận dữ! Ông đã thấy chưa?"

Cũng vậy, địa ngục, ngạ quỷ, súc sanh, *A-tu-la*, chư thiên đều từ nơi tâm của mình. Tâm của mình có thì nó có, tâm của mình không thì cái đó không.

Anh nói địa ngục như huyễn, *A-tu-la* như huyễn, như mộng cũng đúng. Đức Phật nói ngay cả cảnh giới con người mà còn như mộng, như huyễn nữa, thì huống gì cảnh giới địa ngục, ngạ quỷ. Nhưng nên nhớ rằng, dù huyễn mộng, nhưng vẫn có nhân quả, gieo nhân xấu thì lãnh quả khổ, chứ không phải huyễn mộng, nghĩa là không có chi hết trơn đâu. Việc Thầy đang nói chuyện với các anh/chị/em đây, cũng là chuyện như huyễn, như mộng, nhưng vẫn có tác dụng trong đời sống của mỗi chúng ta. Các anh/chị/em vẫn nghe được. Khi nghe được, tiếp nhận được rồi, thì có thể tu tập để làm thay đổi cuộc sống của mình. Cho nên cảnh giới này, cảnh giới kia là cái huyễn mộng của tâm, mà tâm luôn tồn tại, tâm có, nên các cảnh giới đó có theo tâm. Và nhân quả là nhân quả nơi tâm, ngoài tâm không có nhân quả. Nếu mình tạo nghiệp nặng, khi xả bỏ thân này sẽ rơi vào cảnh giới đó. Vì vậy, chuyện Mạt Na Thức và A Lại Da Thức không có gì trái với tâm hết. Mạt Na Thức, A Lại Da Thức, Ý thức hay các thức còn lại đều là thức của tâm mà thôi. Các hạt giống đã nói là các hạt giống của tâm. Khi kết thúc sinh mệnh, tâm nặng về hạt giống nào thì tâm thức sẽ sà vào cảnh giới đó, biểu hiện ra những cảnh giới đó cho mình sống, cho mình vui, cho mình buồn, cho mình khổ. Ngoài tâm không có khổ cũng không có lạc. Anh vui hay buồn thì lấy gì mà vui, mà buồn? Gia đình của anh vui hay buồn thì lấy cái gì để vui, để buồn? Anh vui hay buồn là do tâm anh vui, do tâm anh buồn. Gia đình của anh là cộng nghiệp của các thành viên gia đình anh. Nếu các thành viên đó có tâm vui thì cộng nghiệp gia đình anh vui. Nếu gia đình đó có nhiều tâm mâu thuẫn nhau, nhiều phiền não thì tạo ra gia đình nhiều mâu thuẫn. Bởi vậy, thế giới này đâu phải là thế giới ngoài tâm. Nhưng, đừng nghĩ rằng huyễn mộng mà không có cái huyễn mộng. Huyễn mộng mà vẫn có cái huyễn mộng, vẫn có cái nhân quả như huyễn, như mộng. Cho nên, chúng sinh dù huyễn mộng, dù sống trong cái huyễn mộng mà vẫn khổ đau. Bồ Tát thấy vậy, nên mới phát khởi đại nguyện "chúng sinh vô biên thệ nguyện độ", làm việc suốt ngày, suốt đêm, suốt cuộc đời, nhưng không bao giờ chấp thủ. Chứ Bồ tát không nói thế giới huyễn mộng, nên không làm gì hết, đắp chăn nằm ngủ cho khỏe. Vì vậy, phải dạy cho mọi người về nhân quả, nghiệp báo rõ ràng. Nhân quả vô thường, nghiệp báo vô thường, nên mình mới tu, tu để thay đổi cảnh giới ngạ quỷ, địa ngục, súc sanh thành cảnh giới con người hoặc cao hơn. Đó mới gọi là ứng dụng Tứ tất đàn vào xã hội. Chứ nếu xã hội mà cứng đờ thì làm sao mình ứng dụng.

Hỏi:

Chúng con đọc năm điều luật của gia đình phật tử, nhưng áp dụng vào đời sống rất ít ỏi. Kính xin Thầy triển khai thêm về phần tình thương cũng như tôn trọng sự thật trong đạo Phật là đạo như thật để anh/chị/em chúng con ứng dụng vào đời sống hằng ngày.

Trả lời:

Mỗi tuần sinh hoạt, các anh/chị/em đều đọc năm điều luật của gia đình phật tử.

Thứ nhất là *"Phật tử quy y Phật Pháp tăng và giữ giới đã phát nguyện"*. Điều luật này bao gồm cả bốn điều luật ở phía dưới và bốn điều luật ở phía dưới chỉ là khai triển, cụ thể hóa điều luật thứ nhất này.

Rõ ràng, đã là Phật tử thì phải quy y Phật Pháp Tăng, không quy y Phật Pháp Tăng thì không thể gọi là Phật tử được. Và Phật tử thì phải giữ giới đã phát nguyện, chứ không giữ giới đã phát nguyện thì sao gọi là Phật tử? Có giữ giới thì mới thân cận được với Tăng, mới thân cận được với Pháp, mới thân cận được với Phật.

Thứ hai là *"Phật tử mở rộng lòng thương tôn trọng sự sống"*.

Phật tử học theo ai mà mở rộng lòng thương? Phật tử học theo Phật. Cho nên mình phải học tình thương rộng lớn của Phật.

Phật tử học theo ai mà tôn trọng sự sống? Bởi vì Phật mới là vị tôn trọng sự sống. Lấy cái gì để chứng minh? Có phải chỉ là lý thuyết không? Không! Chính bản thân Ngài tôn trọng sự sống, nên chỉ một loài vật nho nhỏ, Ngài cũng không nỡ tâm tàn hại. Bản thân Ngài không tàn hại mà còn dạy cho những ai đến với Ngài, làm đệ tử Ngài cũng không nên tàn hại chúng sinh, mở rộng lòng thương, tôn trọng sự sống. Thương đây không phải chỉ là thương mình, thương gia đình mình mà thương cả xã hội; không phải chỉ thương xã hội con người mà còn thương cả những chúng sinh thấp kém hơn mình. Cho nên, vì tình thương, vì từ bi mà mình ăn chay để không tàn hại chúng sinh. Đức Phật đã nói, các Tỳ kheo đệ tử Như Lai thì không cuốc đất làm tổn hại các loài vật dưới đất, khi uống nước phải có đãy lọc nước để khỏi tàn hại những loài vi khuẩn nho nhỏ trong nước mà mình không thấy. Tất cả những cái đó không phải lý thuyết mà là thực tế, phải sống, phải thực tập. Mình tin Phật, thương Phật, nên mình mở rộng lòng thương như Phật đã mở rộng; mình tôn trọng sự sống như đức Phật đã từng tôn trọng. Vì tôn trọng sự sống nên mình không phí phạm hơi thở của mình, mà phải thở như thế nào để hơi thở mang lại chất liệu bình an cho mình và mọi người. Bây giờ Phật đã niết bàn rồi, mình dựa vào đâu để mở rộng lòng thương tôn trọng sự sống? Dựa vào Pháp. Những lời Phật dạy vẫn còn đó trong tam tạng giáo điển, được chư tổ kết tập, khai triển, trước tác, giảng thuật. Vì vậy, mình dựa vào Pháp mà mở rộng lòng thương, học tập Pháp, thực hành Pháp mà mở rộng. Và mình nương vào Tăng, là đoàn thể gồm tối thiểu là bốn thầy Tỳ Kheo hay bốn vị Tỳ Kheo Ni sống trong sự thanh tịnh, hòa hợp để mà tu học, để thể hiện tâm từ bi, mở rộng lòng thương của mình. Nhờ có Tăng mà mình được trao truyền giới pháp hiện nay. Cho nên Phật tử quy y Phật Pháp Tăng và giữ giới đã phát nguyện là vậy.

Thứ ba là "Phật tử trau dồi trí tuệ, tôn trọng sự thật". Ai là trí tuệ? Mình trau dồi trí tuệ theo hướng nào? Theo hướng của Phật! Chỉ có Phật là trí tuệ. Đời này làm gì có ai trí tuệ ngoài Phật. Đời này có trí thức, có học thức, kiến thức nhưng không có trí tuệ. Cho nên mình phải đem kiến thức của mình, học thức của mình, trí thức của mình nhập vào nơi trí tuệ của Phật để trở thành trí tuệ của Phật. Chỉ có người có trí tuệ mới biết sự thật, thấy sự thật, thấy được giá trị của sự thật mà tôn trọng. Cũng như anh Mai đã nói, nhờ có trí tuệ tôn trọng sự thật nên anh em mình mới gần nhau, không nói láo nhau, không nói láo với xã hội, nên xã hội mới tôn trọng mình. Còn nếu mình nói láo với xã hội để mà sống, mà ăn, mà hưởng thụ, để ăn trên ngồi trước thì xã hội đâu có nể mình? Mình ngồi được là nhờ có khẩu súng, có lựu đạn, có bom nguyên tử. Vất những thứ đó đi sẽ không ai cho mình ngồi. Đức Phật không cần cảnh sát, không cần quân đội, không cần nhà tù, không cần quyền uy, không cần cậy thế cậy quyền vua cha. Bởi vì Ngài đã có chất liệu quý báu là trí tuệ, nên Ngài thấy được giá trị của sự thật là vĩnh cửu, là bất diệt nên tôn trọng và bảo vệ nó, sống với nó.

Phật tử mình cũng vậy, phải trau dồi trí tuệ theo tiêu hướng của Phật, tiêu hướng của Pháp, tiêu hướng của Tăng. Bằng con đường nào? Bằng giới, định, tuệ. Mình phải giữ giới. Phật tử không thọ giới, không giữ giới sao lại gọi là Phật tử được! Phật tử mà không biết thiền định, ăn nói vụt chạc, chụp mũ người này, chụp mũ người kia thì không thể gọi là Phật tử được! Và Phật tử là phải có trí tuệ để gạn lọc trước khi tin và nói. Vì vậy là Phật tử thì không thể tin người khác nói xấu anh mình, nói xấu thầy mình một cách thiếu trí tuệ. Phật tử tôn trọng sự thật, nhưng phải là sự thật có được từ sự trau dồi trí tuệ. Mà chỉ có Phật mới trí tuệ. Phật là tiêu chuẩn hoàn hảo về trí tuệ. Nên chúng ta phải hướng tới đó, lấy trí tuệ của Phật làm tiêu chí, khuôn thước cho mọi hành động của người con Phật.

Điều thứ tư: "Phật tử trong sạch từ thể chất đến tinh thần, từ lời nói đến việc làm". Phật tử sống rất dễ thương. Trong sạch từ thể chất đến tinh thần, từ lời nói đến việc làm, nghĩa là cả thân, cả tâm đều dễ thương. Thân nghiệp thanh tịnh, khẩu nghiệp thanh tịnh, ý nghiệp thanh tịnh. Sống ở đâu cũng hướng tới ba nghiệp thanh tịnh. Nếu bây giờ chưa thanh tịnh thì chút nữa thanh tịnh, nếu chút nữa chưa thanh tịnh thì chút chút nữa thanh tịnh, tức là phải lấy cái thanh tịnh đó làm tiêu chí hướng tới. Ba nghiệp thanh tịnh mới tương xứng với Phật, vì Phật thì ở đâu, lúc nào cũng thanh tịnh ba nghiệp. Nên mình phải tu, phải tập, nếu có sai lầm thì sám hối. Sám hối bằng phương pháp đối diện trước đức Phật, đối diện trước một bậc Thầy, đối diện trước một đoàn thể, trước anh em hay đối diện với tâm mình mà tự trách. Rõ ràng điều luật này nói về ba nghiệp thanh tịnh của một người Phật tử, mà nói đúng ra, đó là chánh nghiệp, chánh ngữ, chánh mạng trong Bát chánh đạo. Điều luật này có gốc rễ từ nơi Bát chánh đạo, nên lấy Bát chánh đạo làm thể. Bát chánh đạo là con đường của bậc Thánh đi, con đường đi tới cõi Thánh. Phật tử thì phải đi tới cõi đó, thực hành những hành vi đó để đi tới với cõi đó.

Điều luật thứ năm là "Phật tử sống hỷ xả để dũng tiến trên đường Đạo". Mấy anh/chị/em thấy vui, thấy thích không? Mình cố chấp thì làm sao dũng tiến được? Mình chỉ có thể bước tới một cách hùng dũng, khi nào mình biết buông bỏ những thấp hèn trong đời sống của mình, những cố chấp trong đời sống của mình. Nói cách khác, mình phải biết buông bỏ những gì tầm thường trong đời sống thế gian mà bước tới.

Vậy nên, Phật tử mà không có thương nhau sao được? Người nào hỷ xả, người ấy đi đến được với người khác một cách nhẹ nhàng, thanh thoát. Ai mà nặng nề, cố chấp thì trước sau gì cũng trì lại nơi cõi sinh tử mà thôi, chứ không thể bước đi trên con đường đạo. Trong bài "Kính mến Thầy" mà anh/chị/em thường hay hát có câu: *dẹp tan tham sân hận/ ánh đạo hằng mong bước đến gần*. Cái làm cho mình không tới gần được với đạo là tham, sân, si, kiêu mạn trong mình. Mình dẹp những cái đó đi thì mình đến gần được với đạo, thể nhập được với đạo, và mình chính là đạo, đạo chính là mình. Còn nếu mình cứ ôm lấy tham, sân, si, kiêu mạn, không chịu buông bỏ thì khó mà có hỷ, xả, có niềm vui. Cũng có niềm vui do cố chấp, chấp thủ đem lại, nhưng đó là niềm vui nguy hiểm. Niềm vui do buông bỏ tham sân si mới là niềm vui vĩnh cửu, vô biên và có thể sống với nhau bằng niềm vui đó, đi trên đường đạo bằng niềm vui đó. Chính niềm vui của hỷ xả đẩy mình đi tới với đạo và bước trọn vẹn trên con đường đạo.

Thực hành điều luật thứ năm này thì không có khó khăn nào mà mình không thể liên kết được, không hòa giải được với nhau hết. Do đó phải thực tập. Thầy nghĩ các anh/chị/em cần phải có những khóa tu để khai triển cụ thể năm điều này, để kiểm tra, kiểm chứng xem mình có hỷ xả ngang đâu, đặc biệt là trong nghịch cảnh.

Thầy nghĩ, các anh/chị/em phải ứng dụng năm điều luật đó một cách cụ thể, bằng những phương pháp cụ thể. Năm điều này là khuôn vàng thước ngọc, nhưng phải đem nó ra dọn mà ăn, chứ đừng nên cất hoài trong tủ, hay thỉnh thoảng mới đem ra lau chùi thì chẳng hay chút nào.

Lời cuối

A Di Đà Phật! Trước khi chấm dứt thời pháp thoại này, trước hết, Thầy cúi đầu đảnh lễ Tam Bảo, nhờ ân đức Tam Bảo mà Thầy trò chúng ta có được một chút Phật Pháp, có được chút thiện căn phước đức nhân duyên để chúng ta sống xứng đáng, cho ra con người giữa cõi người ta này. Và nhờ Tam Bảo soi đường chỉ lối, nên thầy trò mình mới đi tới, gặp được nhau trong những thời Pháp thoại như thế này. Vậy nên, trước hết chúng ta chấp tay kính lễ Tam Bảo, biết ơn Tam Bảo.

Sau đó là chúng ta chấp tay kính lễ cha mẹ, tổ tiên, ông bà nội ngoại của chúng ta, đã cực kỳ thông minh, biết lựa chọn một tôn giáo, một niềm tin cho chính tổ tiên ông bà chúng ta là Tam Bảo, là đạo Phật. Từ đó chúng ta sinh ra trong dòng dõi huyết thống đó, nên gặp được Tam Bảo rất dễ dàng, thay vì khó khăn như những người khác.

Thứ ba là chúng ta chấp tay biết ơn mọi người mọi loài giúp thầy trò chúng ta có được thời Pháp thoại này. Đói làm sao mà nói, mà nghe? Nên chúng ta no mới nói được, mới nghe được. Nếu không có những dụng cụ khoa học, tin học như thế này thì Thầy trò mình nói với nhau bằng kiểu gì? Nói ai nghe? Ai nói mà nghe?

Quan trọng hơn nữa, Thầy biết ơn tất cả quý vị, các anh/chị/em. Nếu Thầy nói mà không có người nghe thì cái nói làm sao mà thành! Các anh/chị/em đã chịu khó lắng nghe thầy và mỗi người đã phải tự khắc phục hoàn cảnh, bận rộn, công việc của mình để học hỏi, để lắng nghe. Mà lắng nghe Thầy nói, không phải để cho tự thân các anh/chị/em mà là để có thêm một chút tư lương làm hành trang để lo cho tổ chức, lo cho giáo hội, nghĩa là lo cho cuộc đời, cho xã hội và cho muôn loài.

Cho nên được thành tựu như thế này, là nhờ công ơn của tất cả, mà trong đó Thầy chỉ là một hạt bụi rất nhỏ. Nhưng dù rất nhỏ nhoi, mình cũng xin đem hồi hướng công đức đó cho hết thảy chúng sinh, mong cho tất cả chúng sinh, ai cũng biết hướng về Phật Pháp để tu học, để bản thân gia đình và xã hội ngày càng đẹp lên, tạo nên sự an lạc, hòa bình cho thế giới con người, cho nhân loại. Và Thầy cầu chúc tất cả các anh/chị/em hiện diện cũng như không hiện diện và toàn thể gia đình của tất cả các anh/chị/em luôn luôn sống trong ánh sáng hào quang của chư Phật để phụng sự chánh Pháp, làm lợi lạc cho muôn loài. Chúng ta xin chắp tay hồi hướng cho tất cả đều thành tựu Phật đạo.

(Pháp Thoại nầy TT Thích Thái Hòa giảng hai lần cho trại Vạn Hạnh I, GĐPT Hoa Kỳ. Lần thứ nhất vào ngày 26/4/ 2010 và lần thứ hai vào ngày 03/5/2010 tại Tàng Kinh Các chùa Phước Duyên - Huế, qua mạng Internet, chúng tôi xin được ghi lại và chuyển sang văn viết để cống hiến cho những ai cần đến nó.

Tâm Thư và **Nguyên Nhã** kính ghi).

www.ingramcontent.com/pod-product-compliance
Lightning Source LLC
LaVergne TN
LVHW092053060526
838201LV00047B/1363